முல்லை முத்தையா

உள் அட்டையில் காணும் சிற்பக் காட்சியில், பகவான் புத்தரின் அன்னை மாயாதேவி கண்ட கனவின் பலனை மன்னர் சுத்தோதனருக்கு நிமித்திகர் மூவர் விளக்குகின்றனர். அவர்களுக்குக் கீழே அமர்ந்து அந்த விளக்கத்தை எழுதுகிறார் ஓர் எழுத்தர். எழுதும் கலையைச் சித்திரிக்கும் முதல் இந்தியச் சிற்பம் இதுவாகவே இருக்கலாம்.

நாகார்ஜுன மலைச்சிற்பம் பொ.யு. இரண்டாம் நூற்றாண்டு.
(பட உதவி: நேஷனல் மியூசியம், புதுதில்லி)

இந்திய இலக்கியச் சிற்பிகள்

முல்லை முத்தையா

முல்லை **மு. பழநியப்பன்**

சாகித்திய அகாதெமி

Mullai Muthaiah: Monograph in Tamil by Mullai M. Pazhaniyappan, Sahitya Akademi, New Delhi, 2020, Rs. 50/-

உரிமை © சாகித்திய அகாதெமி
ஆசிரியர் : முல்லை மு. பழநியப்பன்
பொருள் : இந்திய இலக்கியச் சிற்பிகள்
வெளியீடு : சாகித்திய அகாதெமி
முதற்பதிப்பு : 2020
ISBN : 978-93-90310-42-5
விலை : ரூ. 50/-

All rights reserved. No part of this book may be reproduced or utilized in any form or by any means, electronic or mechanical including photocopying, recording or by any information storage and retrival system, without permission in writing from Sahitya Akademi.

சாகித்திய அகாதெமி

தலைமை : 'இரவீந்திர பவன்', 35, பெரோஸ்ஷா சாலை, புதுதில்லி 110 001.
அலுவலகம் secretary@sahitya-akademi.gov.in | 011-23386626/27/28.

விற்பனை : 'ஸ்வாதி', மந்திர் சாலை, புது தில்லி 110 001.
அலுவலகம் sales@sahitya-akademi.gov.in | 011-23745297, 23364204

கொல்கத்தா : 4, டி.எல். கான் சாலை, கொல்கத்தா 700 025.
rs.rok@sahitya-akademi.gov.in | 033-24191683/24191706.

சென்னை : குணா வளாகம், 443, இரண்டாம் தளம், அண்ணா சாலை, தேனாம்பேட்டை, சென்னை 600 018.
chennaioffice@sahitya-akademi.gov.in 044-24311741|24354815.

மும்பை : 172, மும்பை மராத்தி கிரந்த சங்கிரகாலய சாலை, தாதர், மும்பை 400 014. rs.rom@sahitya-akademi.gov.in
022-24135744 | 24131948.

பெங்களூரு : மத்தியக் கல்லூரி வளாகம், பல்கலைக்கழக நூலகக் கட்டிடம், டாக்டர் அம்பேத்கர் வீதி, பெங்களூரு 560 001.
rs.rob@sahitya-akademi.gov.in. 080-22245152, 22130870.

அட்டை வடிவமைப்பு: Orange Communications, Chennai
ஒளி அச்சு: BalaGeetha Media, Pollachi | அச்சகம்: M.K. Enterprises, Chennai

Visit our website at http://www.sahitya-akademi.gov.in

உள்ளே...

1. முல்லை முத்தையா
   வாழ்க்கைக் குறிப்புகள் 7
2. சிறுவர் இலக்கியம் 18
3. திருக்குறள் பற்றிய நூல்கள் 31
4. வாழ்க்கை வரலாற்று நூல்கள் 45
5. தமிழாக்க நாவல்கள் 49
6. வாழ்க்கை வழிகாட்டி நூல்கள் 86

   அ. பாரதி பாரதிதாசன் நூல்கள் 90

   ஆ. ஆன்மிக நூல்கள் 98

   இ. ஊராட்சி நிர்வாகம் பற்றிய நூல்கள் 100

   ஈ. முத்தையா வழங்கிய முத்துக்கள் 101
7. முல்லை முத்தையா எழுதிய நூல்களின்
   முழு விவரப் பட்டியல் 104

1

முல்லை முத்தையா வாழ்க்கைக் குறிப்புகள்

முல்லை முத்தையா அறிமுகம்

முதல் முல்லை

தமிழ் உலகம் போற்றும் தனித்தன்மை வாய்ந்த மலர் முல்லை. முல்லை வெள்ளை நிற மலர். நறுமணமிக்க மலர்.

செட்டிநாட்டுப் பகுதியில் ஒரு தாலாட்டுப் பாடல் பாடுவார்கள்.

முகப்பைத் திறந்துவிட்டால்
முல்லைப் பூ வாசனையாம்
உங்க அய்யா
மூத்தவுக யோசனையாம்

வீட்டின் முன்புறம் முகப்பு மண் வாசல் பகுதியில் முல்லைப் பூச்செடி பூப்பூத்து இருந்ததாம். வளவுக்கும் முகப்புக்கும் இடையில் உள்ள கதவைத் திறந்தால் முல்லைப் பூ வாசம் வீடு முழுவதும் வளவு முழுவதும் முல்லை நறுமணம் வீசுமாம். அந்த வீட்டின் பெரியவர் (அய்யா) அதிகச் செலவின்றி முல்லைப் பூச்செடி வைத்து வீடு முழுவதும் நறுமணம் கமழச் செய்தாராம்.

முல்லைப் பூ வெள்ளை நிறம். அறத்தின் ஒழுக்கத்தின் அடையாளம். கற்பின் குறியீடு முல்லை மலர். நறுமணம் தூய நிறம் கொண்ட முல்லை மலர் போன்ற ஒரு மனிதர் தான் முல்லை என்ற அடைமொழியைத் தன் பெயர் முன் கொண்ட முல்லை முத்தையா அவர்கள். முல்லை நறுமணம் பிறருக்கு மகிழ்ச்சியைத் தருவது போல எல்லோருடனும் இனிமையுடனும் பழகும் உயர்ந்த பண்பாளர் முல்லை முத்தையா. முல்லையின் தூய்மை போல் தூய உள்ளம்

நேர்மை நாணயம் நிறைந்தவர் முத்தையா. முல்லைப்பூ நறுமணம் பரவுவது போலத் தமிழ் உலகில் புகழ் பரவிய சிறப்புடையவர். முத்தையா, முல்லை முத்தையா என்று அழைக்கப் பெறுவது முற்றிலும் பொருத்தமே.

முல்லை முத்தையா எழுத்தாளர், இதழாளர், பதிப்பாளர், மொழிபெயர்ப்பாளர், இன்று பிரபலமாக விளங்கும் பதிப்பாளர்கள் எழுத்தாளர்களுக்கு முதல் வாய்ப்பைக் கொடுத்துப் பலரை உருவாக்கிப் புகழ் பெறச் செய்தவர் முத்தையா. அவர்களில் அருணோதயம் அருணன், வலம்புரி சோமநாதன், சொக்கலிங்கம் குறிப்பிடத்தக்கவர். தமிழ்ப் புத்தக உலகில் 'விற்பனை உரிமை' என்ற நடைமுறையை முதன்முதல் செயல்படுத்தியவர் முல்லை முத்தையாதான்.

புரட்சிக் கவிஞர் பாரதிதாசன் நூல்களை முதன் முதலாக அழகிய பதிப்பாக வெளியிட்ட பதிப்பாளர் முல்லை முத்தையா. பாரதிதாசனுக்காகவே ஒரு இதழ் தொடங்கிப் பாரதிதாசனுக்கு விருப்பமான முல்லை என்ற பெயரை இதழுக்குச் சூட்டி அந்த முல்லை என்ற பெயரே தனக்குரிய அடையாளமாகத் தன் பெயரின் முன் கொண்டவர் முல்லை முத்தையா. முல்லை இதழ் தொடங்கி நடத்திய முத்தையா, முல்லை முத்தையா என்று அழைக்கப்பட்டார். தமிழ் உலகில் என்றும் முல்லை முத்தையா என்ற பெயர் நிலைத்துவிட்டது.

வழிவழி வந்த தமிழ் குடிமரபு

முல்லை முத்தையா கருவிலே திரு உடையவர். தமிழ் நூல்கள் படைத்தலும் புதுப்பித்து வெளியிடுதலும் அவருக்கு குடி மரபு வழியே குருதியில் கலந்து வந்துள்ளது. 'சைவமும் தமிழும் நமது இரு கண்கள்' எனக் கருதி வளர்ப்பவர்கள் நகரத்தார்கள். இவரது பாட்டனார் சிவ வழிபாட்டில் தோய்ந்து திருமுறைகளும் திருநெறிகளும் ஓதி உணர்ந்து 'சுப்ரமண்ய குரு' எனக் குருவாகத் திகழ்ந்தவர்கள். அவருடைய திருமகனார் தமிழ்க் கவிபாடும் வித்துவான் நாகப்ப செட்டியார்.

ஸ்ரீ சுப்பிரமணியம் செட்டியார் என்னும்

வயி.கும. குப்பான் செட்டியார்

எனக் காரணப்பெயர் எய்திய

சுப்பிரமணிய குரு

1862இல் குருபூசை மடம் நிறுவியவர்.

(மகன்) வித்வான் நாகப்ப செட்டியார்

மகன் பழனியப்ப செட்டியார்

மகன் முல்லை முத்தையா

வித்துவான் நாகப்ப செட்டியார்

சுப்பிரமணிய குருவின் திருமகனார் நாகப்ப செட்டியார். மாயூரம் கூறைநாட்டில் வித்துவான் நாகப்ப செட்டியார் தந்தையாருடன் புடவைக் கடையும் லேவாதேவிக் கடையும் நடத்தி வந்தார். கூறை நாட்டில் தொழில் செய்து வந்ததால் இவர் கொரநாடு நாகப்பச் செட்டியார் என்று அழைக்கப்பெற்றார். இளமையிலிருந்தே நாகப்ப செட்டியாருக்குத் தமிழ் அறிவும் பாடல் இயற்றும் ஆற்றலும் இருந்திருக்கிறது. மகாவித்துவான் மீனாட்சி சுந்தரம் பிள்ளையின் மாணவர் திருவாரூர் கனகசபை அய்யர். அவரிடம் நாகப்ப செட்டியார் கல்வி பயின்றார். நாகப்பர் இயற்றிய பல வெண்பாக்களை முல்லை முத்தையா தொகுத்து வெளியிட்டுள்ளார்.

தன் தந்தையார் சுப்பிரமண்ய குரு இறந்தபோது அவர் நினைவாக நாகப்பர் பாடிய பாடல்கள் உருக்கமானவை.

ஆரை யழைப்பேன் அருமையுடன் பார்த்திருப்பேன்
சீரை உரைப்பேன் தெளியகிலேன் வீரையிலாக்
கேளாரும் சங்கத்திற் கேண்மை பெறச் சென்றீரோ
தாளாதென் சிந்தைதந் தையே.

சத்தியமும் நீதியுமே சாற்றுவீர் யானறியாப்
புத்திகளை நாடோறும் போதிப்பீர் இத்தரையில்
வேறுபுகல் காணா வினையேன் தவப்பயனை
கூறுசெய்து சென்றனையேன் கூறு.

என்னும் இரங்கற்பாப் பாடல்கள் பட்டினத்தார் தன் அன்னை இறந்தபோது பாடிய பாடல்களை நினைவூட்டுகின்றன.

நாகப்ப செட்டியாரின் மைந்தர் பழநியப்ப செட்டியாருக்கு மங்கலம்பேட்டை உயர்நிலைப் பள்ளித் தமிழாசிரியர் ஒரு கடிதம் எழுதியுள்ளார். 10.10.1952இல் கடிதம் எழுதப்பட்டுள்ளது.

"தங்கள் திருத்தந்தையர் திருவாளர் நாகப்ப செட்டியார் என்பவர்கள் மாயவரம் கூறை நாட்டில் வதிந்தபோது எங்கள் முன்னோரும் எனது மாணவரும் ஆகிய திருவாளர் கனகசபை அய்யர் (வீரசைவர்) என்பவர் ஒருவர் இருந்தார்கள். அவர்கள்

வித்வான் திரிசிரபுரம் மீனாட்சி சுந்தரம் பிள்ளை அவர்களிடம் கல்வி பயின்றவர்கள். வித்வான் கனகசபை அய்யர் அவர்களிடம் தங்கள் தந்தையார் கல்வி பயின்றவர்கள்.

விந்தையாக நினைக்கலாம். நான் தங்களிடம் வரைந்து கொள்ளும் விண்ணப்பம் ஒன்று. அஃது மிக்க கீர்த்தி வாய்ந்தது. அழியாப் புகழ் அது. தங்கள் முன்னோரின் பெருமையை விளக்குவது. தமிழ் மொழிக்கும் தமிழ் நாட்டிற்கும் நன்மை பயப்பது.

அக் கனகசபை அய்யர் அவர்கள் 'திருவாரூர்ச் சிலேடை வெண்பா' என்று ஒரு நூல் செய்துள்ளார்கள். அத்தகைய நூல் தங்கள் தந்தையார் பொருட்செலவில் வெளிவந்துள்ளது. தங்கள் தந்தையாரும் அதற்குச் சாற்று கவி இயற்றி இருக்கின்றார்கள்.

மேலே உள்ள கடிதத்தில் ஓர் உண்மையை நாம் அறிகிறோம். நூல் பதிப்பித்து வெளியிடுவது என்பது முல்லை முத்தையாவுக்கு அவர்கள் அய்யா நாகப்ப செட்டியாரிடம் இருந்து மரபுவழி வந்த செயலாகும். ஆகவேதான் முல்லை முத்தையா தமிழ்ப் பதிப்புலக முன்னோடிகள் மூவரில் ஒருவராகச் சிறப்பிடம் பெறுகிறார்.

முத்தையாவின் தாய்வழி அய்யா அஷ்டாவதானம் சிவசுப்பிரமணியன். அவரும் தமிழ்ப் புலமை மிக்கவர். இவ்வாறு தந்தைவழி தாய்வழி மரபு இரண்டும் தமிழ் ஆர்வமும் புலமையும் மிக்க மரபாக இருந்ததனால் முத்தையாவிடம் தமிழுணர்வு ஆழமாகக் காலூன்றி இருந்தது.

தேவகோட்டையில் மாத்தூர்க் கோவில் கண்ணூர்ப் பிரிவைச் சார்ந்த குடியில் 1920ஆம் ஆண்டு ஜூன் ஏழாம் நாள் (7.6.1920) முத்தையா பிறந்தார். இவரது தந்தையார் பழநியப்ப செட்டியார். தாயார் மனோன்மணி ஆச்சி.

முல்லை முத்தையாவின் முதல் மனைவி தேவகோட்டையைச் சேர்ந்த மீனாட்சி ஆச்சி. இவர்களுக்குக் குழந்தை இல்லை. புதுவயல் நாச்சம்மை ஆச்சியை இரண்டாம் தாரமாக முத்தையா 1958இல் திருமணம் செய்து கொண்டார். இவர்களுக்கு ஆறு மக்கள் பிறந்தனர்.

- மனோன்மணி
- பழநியப்பன்
- கலா சொக்கலிங்கம்

- உமா வெங்கடாச்சலம்
- இராமநாதன்
- கருப்பையா

ஆகியோர். முத்தையா – நாச்சம்மை ஆச்சிக்கு 3 புதல்வர்கள், 3 புதல்விகள் ஆவர்.

முத்தையா தனது இளம் வயதிலேயே தமிழும் சமஸ்கிருதமும் பயின்றார். தேவகோட்டையில் உயர்நிலைப் பள்ளிக் கல்வி பயின்றார். பள்ளிப்படிப்பு முடிந்ததும் நகரத்தார் குல வழக்கப்படி பர்மாவுக்கு கொண்டு விற்கச் சென்று அங்கு வட்டித் தொழில் செய்து வந்தார். “பதினான்கு வயது முதலே திருக்குறளில் ஈடுபாடு ஏற்பட்டது. இன்றும் நாள்தோறும் திருக்குறள் படிப்பேன்” எனத் தனது திருக்குறள் உரையில் குறிப்பிடுகிறார். இளமையிலே அவருக்குத் திருக்குறள் போன்ற பண்டைய நூல்களில் ஆர்வமும் தமிழ் நூல்கள் படிக்கும் வழக்கமும் இருந்தது. அங்கு தமிழ் இளைஞர்கள் பாரதிதாசன் பாடல்களைப் பாடியதைக் கேட்ட முல்லை முத்தையாவுக்குப் பாரதிதாசனிடம் ஈடுபாடு ஏற்பட்டது. பாரதிதாசன் பாடல்கள் மனதை ஈர்த்தன. உலக இலக்கியங்களில் ஈடுபாடு கொண்ட முத்தையா ஆங்கில நூல்களையும் ஆர்வத்துடன் படித்தார். பின்னர் மிகச்சிறந்த மொழிபெயர்ப்பாளராக, எழுத்தாளராக அவர் விளங்குவதற்குப் பர்மாவில் படித்த நூல்கள் அடித்தளமாக அமைந்தன.

பர்மாவில் ஜப்பானின் படையெடுப்பு, உலகப்போர், உள்ளூர் மக்களின் போராட்டம் ஆகியவற்றால் வெளிநாட்டவர் குறிப்பாகத் தமிழர்கள் பர்மாவில் தொழில் செய்ய முடியாத நிலையும், பர்மாவை விட்டு வெளியேற வேண்டிய கட்டாய நிலையும் ஏற்பட்டன. கப்பலில் இடநெருக்கடி, ரங்கூனிலோ சுற்றுப்புற ஊர்களிலோ வசிக்க முடியாத நிலை. வாழவும் முடியவில்லை; முத்தையா எந்த நிலையையும் எதிர்கொண்டு எத்தகைய இடரையும் சமாளிக்கும் திறன் கொண்டவா. அவரோடு உடன் வந்த வெ. சாமிநாத சா்மா, பாரிநிலையம் செல்லப்பனார் மற்றும் நண்பர் களின் துணையோடு ஒரு பேருந்தை விலைக்கு வாங்கி பர்மா இந்திய எல்லைவரை வந்து பின்பு நம் ஊருக்கு வந்தார் முத்தையா.

ஏறத்தாழ 23 வயதில் மீண்டும் தமிழகம் வந்து சென்னையில் ஏதாவது தொழில் தொடங்கலாம் என்று எண்ணினார். 1942இல் வை.கோவிந்தனாரின் ‘சக்தி’ இதழில் ஆசிரியர் குழுவில் சேர்ந்தார்.

அதில் பணிபுரிந்த போதே தானே சொந்தமாகப் பதிப்பகம் தொடங்கி நூல்களை வெளியிட வேண்டுமென்று விரும்பி 1943இல் பதிப்பகம் தொடங்கினார்.

அன்று தொடங்கிய முல்லை முத்தையாவின் தமிழ்ப்பணி 9.2.2000 அன்று அவர்கள் இயற்கை எய்தும் வரை எண்பது ஆண்டுகள் இடைவிடாத தமிழ்ப் பயணமாக அமைந்தது.

முல்லை முத்தையா பதிப்பாளர்

சேர சோழ பாண்டியர் என்பதைப்போல, சிவன் பிரம்மா விஷ்ணு என்பதைப்போல, ஞானசம்பந்தர் நாவுக்கரசர் என்னும் தேவார மூவர்போல முதலாழ்வார் மூவர் என்பதைப்போலத் தமிழ்ப் பதிப்புலகில் மூவேந்தர்களாக முதல் மூவராக விளங்கியவர்கள் எனச் சக்தி வை.கோவிந்தன் தமிழ்ப்பண்ணை சின்ன அண்ணாமலை, முல்லை முத்தையா ஆகிய மூவரைக் குறிப்பிடுகின்றனர்.

'செட்டிநாடும் செந்தமிழும்' என்னும் தமிழ் வரலாற்று ஆய்வு நூலை எழுதியுள்ள சோமலெ 'பதிப்புத்துறை முன்னோடிகள் மூவர்' என்ற தலைப்பில் பின்வருமாறு எழுதுகிறார்:

"செட்டிநாட்டு அன்பர் பலர் இந்நாளில் நூல் வெளியீட்டுத் துறையில் உள்ளனர். இவர்கள் இதை ஒரு தொழிலாக இப்போது நடத்துகின்றனர் என்பது உண்மையே. இத்துறையில் இவர்கள் நுழைந்த பின்னணியைக் கூறுவோம். தமிழ்ப் பற்றின் காரணமாகவும் வணிக நோக்கமின்றியும் கொள்கைகளால் உந்தப்பட்டு தங்கள் சின்னஞ்சிறு வயதில் அதாவது இருபது வயது அடையுமுன் இந்தத் துறைக்கு வந்து சேர்ந்தவர்களே பலர்.

தங்களுக்கு யாரிடம் ஈடுபாடு ஏற்பட்டதோ அந்த அறிஞர் களை அளவுகடந்து ஆதரிப்பதும் அவர்களுடைய நூல்களை அச்சிட்டுப் பரப்புவதும் வழிவழியாகச் செட்டிநாட்டு இயல்பு.

தமிழ் நூல்களின் அச்சும் பதிப்பும் அழகாக இருக்க வேண்டும் என்ற பாரதியாரின் கனவை நனவாக்கிய மூவரைப் பற்றியது இக்கட்டுரை.

தமிழ் நூல்கள் இன்று பல துறைகளிலும் வெளிவருகின்றன. கவர்ச்சியாகவும் அழகாகவும் அவை அச்சிடப் பெறுகின்றன. இந்த நிலையை உருவாக்கியவர்கள் மூவர். வை.கோவிந்தன், சின்ன

அண்ணாமலை, முல்லை முத்தையா இவர்களுக்கு முன் தமிழ் நூல்கள் எவ்வாறு அச்சிடப்பட்டன என்பதைச் சொல்வதைவிடச் சொல்லாமல் இருப்பதே நன்று" என்று சோம.லெ. எழுதுகிறார். சோம.லெ. அவ்வளவு எளிதில் யாரையும் பாராட்டிவிட மாட்டார். நூல்கள் வெளியீட்டையும் கூர்ந்து கவனித்தவர் அவர். நூல்களின் தோற்றத்திலும் கட்டமைப்பிலும் அதிகம் கவனம் செலுத்தி நூல்களைப் பதிப்பித்தவர் முல்லை முத்தையா.

முல்லை முத்தையாவால் பதிப்புத் துறையில் காலடி வைத்த பாரிநிலையம் செல்லப்பன் 'புதியபார்வை' இதழுக்கு அளித்த பேட்டியில் கூறும் கருத்தும் நோக்கத்தக்கது:

"ஆரம்பகாலத்தில் தமிழ் நூல்களின் பைண்டிங்கும் வெளியிடும் முறையும் அவ்வளவு சிறப்பாக இல்லை. மஞ்சள் காகித அட்டையை வைத்துக் கூட நூல்களை வெளியிட்டு வந்தார்கள். நூல் வெளியீட்டுத் துறையினைச் சீர்திருத்தி நவீன தொழில்நுட்பங்களைப் புகுத்தியவர்களாக மூன்றுபேரைச் சொல்லலாம். சக்தி காரியாலயம் வை.கோவிந்தன், தமிழ்ப்பண்ணை சின்ன அண்ணாமலை, முல்லை பதிப்பகத்தின் முல்லை முத்தையா ஆகிய மூவரும் தமிழ் நூல்களை நவீனப்படுத்தி அகில இந்திய தரத்திற்குக் கொண்டு சென்றார்கள்" எனப் பதிப்புலகில் புதுமை புகுத்திய மூவருள் முல்லை முத்தையாவும் ஒருவர் எனப் பாரிநிலையம் செல்லப்பன் குறிப்பிடுகிறார்.

பண்டைத் தமிழ் நூல்களை வெளியிட்டுப் புகழ்பெற்ற சைவசித்தாந்த நூற்பதிப்புக் கழக நிர்வாகி முல்லைப் பதிப்பகம் முன்னோடிப் பதிப்புலகம் என்று குறிப்பிடுகிறார்.

"அக்காலத்தில் அல்லயன்ஸ் கம்பெனி சைவ சித்தாந்த நூற்பதிப்புக் கழகம் போன்ற ஒரு சில புத்தக வெளியீட்டாளர்களே சென்னையில் இருந்தனர். தென்சென்னையில் அல்லயன்ஸ், தமிழ்ப் பண்ணை போன்றவை செயல்பட்டுவர வடசென்னையில் கழகம், ஆசிரியர் நூற்பதிப்புக் கழகம், முல்லைப் பதிப்பகம் போன்றவை செயல்பட்டு வந்தன.

முல்லை முத்தையா தம் முல்லைப் பதிப்பகத்தின் வழி பாவேந்தர் நூல்களை அழகுற வெளியிட்டு வந்தார். பாரி நிலையம் இன்று இயங்கும் அதே கட்டிடத்தில் முல்லைப் பதிப்பகம் இருந்தது" என இரா. முத்துக்குமாரசாமி கூறுகிறார். வடசென்னையில்

புகழ்பெற்ற முதல் பதிப்பகமாக முல்லை விளங்கியதை இவர் எடுத்துக்காட்டுகிறார்.

"பதிப்புத்துறை இன்றைய வளர்ச்சியைக் காணவும் ஆங்கிலப் புத்தகங்களுக்கு நிகராகத் தமிழிலும் நூல்களை அச்சிட்டு வெளிக்கொணர முடியும் என்கிற நிலைமை உருவாகவும் காரணமாக இருந்தவர்கள் மூன்று பேர். சக்தி காரியாலயம் வை. கோவிந்தன், தமிழ்ப்பண்ணை சின்ன அண்ணாமலை மற்றும் முல்லை பதிப்பகம் முத்தையா ஆகிய மூவர்தான் அவர்கள்.

அவர்களது வழிகாட்டுதலால்தான் இன்று தமிழ்ப் பதிப்புத்துறை சர்வதேச அளவுக்குத் தன்னை வளர்த்துக் கொண்டிருக்கிறது. இந்தப் பதிப்புத்துறை முன்னோடிகளின் பங்களிப்பைப் பதிவு செய்ய வேண்டும் என்ற மனக்குறை இப்போதுதான் தீர்ந்தது" எனத் தினமணி *29.6.2008* இதழில் கலாரசிகன் எழுதுகிறார்.

பதிப்பு முன்னோடிகள் மூவரையும் ஒப்பிட்டுத் தினமணி இன்னொரு செய்தியையும் பதிவு செய்திருக்கிறது. "ஒரு மாதத்திற்கு முன்பு முல்லை பதிப்பக அதிபர் மு.பழனியப்பன் ஒரு கடிதம் எழுதியிருந்தார். 'தமிழ்மணி' பகுதியில் அடிக்கடி பதிப்புத்துறை முன்னோடிகள் மூவர் பற்றிக் குறிப்பிடுவதைப் பாராட்டி எழுதிய அந்தக கடிதத்தில் அவர்களுக்குள் இருந்த ஓர் ஒற்றுமையையும் குறிப்பிட்டிருந்தார். பதிப்புத்துறை முன்னோடிகளான 'முல்லை' முத்தையா, தமிழ்ப்பண்ணை சின்ன அண்ணாமலை, 'சக்தி' வை.கோவிந்தன் ஆகிய மூவருமே ஜூன் மாதம் பிறந்தவர்கள் என்பதைக் குறிப்பிட்டிருந்தார்" எனக் கலாரசிகன் பதிவுசெய்துள்ளார்.

'முல்லை முத்தையா' என்று அழைக்கப்பட்டாலும் அவர் தொடங்கிய முதல் பதிப்பகம் 'கமலா பிரசுராலயம்'. தினமணி, பாரத தேவி போன்ற இதழ்களில் உதவி ஆசிரியராகப் பணியாற்றிய கே. அருணாசலம் என்பவரோடு இணைந்து கமலா பிரசுராலயத்தை முத்தையா தொடங்கினார். முதலில் காங்கிரஸ் தேசிய இயக்கத்தில் பற்றுக் கொண்டிருந்த முத்தையா ஜவகர்லால் நேருவின் மனைவி கமலா அம்மையார் மேல் கொண்டிருந்த பக்தி கலந்த மதிப்புக் காரணமாக இந்தப் பெயரைப் பதிப்பகத்திற்கு வைத்ததாகவும் செவிவழிச் செய்தி உண்டு.

சக்தி இதழ் ஆசிரியர் குழுவில் பணியாற்றிய முல்லை முத்தையா வாசகர் மனத்துடிப்பை ஆர்வத்தை நன்கு கணித்தறியும்

வல்லமை உடையவராக விளங்கினார். எதை மக்கள் ஆர்வத்துடன் விரும்பிப் படிக்கிறார்களோ அதை அவர்களுக்குக் கொடுப்பதுதான் பதிப்பாளரின் தொழில் என்பதை நன்கு அறிந்திருந்த முத்தையா பாரதிதாசன் நூல்களை வெளியிடுவதற்காகவே முல்லைப் பதிப்பகம் தொடங்கினார்.

முல்லைப் பதிப்பகத்தின் முதல் வெளியீடாக வந்தது 'அழகின் சிரிப்பு'. தொடர்ந்து 'தமிழியக்கம்' 'பாண்டியன் பரிசு' போன்ற பல நூல்களை முல்லை முத்தையா வெளியிட்டார். 'தமிழியக்கம்' நூலின் முகப்பு அட்டைப்படமாகக் கலங்கரை விளக்கம் ஓவியத்தை முத்தையா பதிப்பிக்க அதைக்கண்டு புரட்சிக்கவிஞர் பெருமகிழ்ச்சி அடைந்தார். 'பாண்டியன் பரிசு' முகப்புக் கோட்டோவியம் அந்நாளையப் புதுமை. இன்றளவும் பாராட்டைப் பெறுகிறது.

பாரதிதாசன் புகழ் பரப்பவே முல்லை இதழைத் தொடங்கி நடத்தினார் முத்தையா. அதில் தொ.மு.சி. ரகுநாதன் ஆசிரியராகப் பணிபுரிந்தார். பாவேந்தர் பாரதிதாசன் புதுவையில் பெருமாள் கோவில் தெருவில் வாழ்ந்த வீட்டை முல்லை முத்தையா புரட்சிக் கவிஞருக்கு ரூபாய் 4000 விலையில் வாங்கிக் கொடுத்த கொடைஞர். அந்த வீடே தற்போது புதுச்சேரியில் பாவேந்தர் பாரதிதாசன் அருங்காட்சியகமாக உள்ளது.

தி.ஜ.ர., டி.எஸ். சொக்கலிங்கம், வல்லிக்கண்ணன், மூதறிஞர் இராஜாஜி, கோவை அய்யாமுத்து, முன்னாள் அமைச்சர் க. அன்பழகன், முன்னாள் சபாநாயகர் க. இராசாராம், எம்.எஸ். உதயமூர்த்தி, ஆர்.பி.எம். கனி ஆகியோரின் முதல்நூல்களை வெளியிட்டு அவர்களை தமிழ் இலக்கிய உலகிற்கு அறிமுகப்படுத்தியவர் முல்லை முத்தையா. 'நகரசபை' முதலிய இதழ்களையும் முல்லை முத்தையா நடத்தினார்.

ஒரு எழுத்தாளர் உருவானார்

ஒரு அச்சகத்தின் காசாளர். துணை ஆசிரியராய்ப் பதிப்புப் பிழைத் திருத்தம், பதிப்பாளராய் நூல் வெளியிடல், பாரதிதாசனுக்காக இதழ் தொடங்குதல். திருவள்ளுவரிடம் பாரதிதாசனிடம் கொண்ட ஈடுபாடு. முல்லை முத்தையா பாரதிதாசன் பற்றிய கட்டுரைகளைத் தொகுத்து தமிழில் முன்மாதிரியாக ஒரு நூல் வெளியிட எண்ணிப் படித்தார், படித்தார்... பல பல நூல்களைப் படித்தார். படிக்கும் பழக்கம் முத்தையாவைத் தொகுப்பாசிரியராக எழுத்தாளராக மாற்றியது.

பொன்மொழிகள், பழமொழிகள், கதைகள் ஆகியவற்றைத் தொகுத்து வெளியிட்டார்.

உலக இலக்கிய அறிமுகம்

முல்லை முத்தையாவின் அடுத்த கட்ட வளர்ச்சி உலக இலக்கியங்களை எளிய தமிழில் அறிமுகம் செய்யும் உயர்ந்த எழுத்தாளராய் உருவானார். படிப்பதும் எழுதுவதுமே அவர் வாழ்க்கையானது. எழுதுவதற்காகவே படித்தார். படிப்பதற்காகவே எழுதும் ஆர்வத்தை வளர்த்துக் கொண்டார். இவ்வகையில் சேக்ஸ்பியர், பெர்னாட்ஷா, டால்ஸ்டாய், அலெக்சாண்டர், ஐமாஸ், எமிலிஜோலா, மார்க்சிம் கார்க்கி போன்றோர்களின் நூல்களைத் தமிழில் தந்தார். சிறுவர்களுக்கு உலக இலக்கியங்களை அறிமுகம் செய்தார். உலக இலக்கியப் பலகணியைத் தமிழுக்குத் திறந்து காட்டிய எழுத்தாளர் முல்லை முத்தையா இதற்காக என்றென்றும் நினைவுகூரப்படுவார்.

வாழ்க்கை வரலாறு, ஆன்மிக நூல்களுக்கு உரை, அறிவியல் நூல்கள் எனப் பலவகை நூல்களை முத்தையா எழுதியுள்ளார். அவர் எழுத்தில் தொடாத துறை இல்லை எனலாம்.

வழிகாட்டி முல்லை முத்தையா

பல எழுத்தாளர்களை உருவாக்கியவர் முல்லை முத்தையா. டாக்டர் எம்.எஸ். உதயமூர்த்தியை எழுதத் தூண்டி அவர் நூலை முதலில் வெளியிட்டவர் முத்தையா. பல பதிப்பாளர்கள் இத்துறையில் புக வழிகாட்டியவர் முத்தையா. தமிழ்ப் புத்தக உலகில் ‘விற்பனை உரிமை’ என்ற வழிமுறையை அறிமுகப்படுத்தியவர் முத்தையா. இவ்வாறு உருவானதுதான் பாரி நிலையம் போன்ற நிறுவனங்கள்.

பாரதிதாசன் நூற்றாண்டு விழாவில் முல்லை முத்தையாவிற்குப் ‘பாவேந்தர் விருது’ வழங்கப் பெற்றது. அவ்விழாவில் தமிழக அரசு வெளியிட்ட செய்திக் குறிப்பில்,

“தமிழ் இலக்கிய உலகின் பதிப்பக வரலாற்றில் புகழ் மணம் கமழத் திகழ்பவர் முல்லை முத்தையா.

“குழித்தலை கா.சு.பிள்ளை இலக்கியப் பேரவையால் ‘பாவேந்தர் சீர் பரவுவார்’ என்ற புகழ்ப் பெயரை அணியாகக் காட்டப் பெற்றவர்.

“திருக்குறள் நெறித் தோன்றல்” என்பதும் இந்த அறிஞருக்கு அளிக்கப்பெற்ற சிறப்பு விருதாகும்.

"1990 மே திங்கள் 6ஆம் நாள் ஞாயிறு மாலை 6 மணி அளவில் திருச்சியில் பாரதிதாசன் பல்கலைக்கழகத்தில் நிகழ்ந்த பாவேந்தர் பாரதிதாசன் நூற்றாண்டு விழாவில் தமிழக முதல்வர் மாண்புமிகு டாக்டர் கலைஞர் அவர்களால் உயர்திரு முல்லை முத்தையா அவர்களின் பதிப்புப் பணியைப் பாராட்டி, 'பாவேந்தர் விருது' வழங்கப்பட்டது" என்ற செய்தி இடம் பெற்றுள்ளது.

கவிஞர் சுரதா அவர்களால், "வடலூர் வள்ளலாருக்கு ஒரு தொழுவூர் வேலாயுத முதலியார் கிடைத்ததைப் போன்று பாவேந்தருக்கு ஒரு முல்லை முத்தையா கிடைத்தார்" என்று பாராட்டப்படுகிறார்.

இளமை முதல் முல்லை முத்தையாவின் பணிகளில் உடனிருந்த இராம. அண்ணாமலை, "முல்லை முத்தையாவை முப்பத்தேழு ஆண்டுகளாக நான் அறிவேன். எழுத்துத் துறையிலும் பதிப்புத் துறையிலும் அவருக்குள்ள ஆர்வமும் திறமையும் போற்றத்தக்கது. எப்போதுமே அவர் ஆடம்பரத்தையும் விளம்பரத்தையும் விரும்பாதவர். அடக்கமாக இருந்து பல அரிய கருத்துக்களைச் சேகரித்தும் எழுதியும் வெளியிடக்கூடிய ஆற்றல் மிகக் கொண்டவர்.

"செல்வமும் புகழும் சேர்ந்து வாழ வேண்டிய என் அருமைத் தோழருக்கு புகழோடு கூடிய வாழ்வு மட்டுமே பரவுவதாயிற்று" என்று எழுதுவது குறிப்பிடத்தக்கது. 7.6.1920இல் தோன்றி 9.2.2000ஆம் ஆண்டு மறைந்த முல்லை முத்தையா தமிழால் தமிழில் என்றென்றும் வாழ்வார்.

② சிறுவர் இலக்கியம்

எழுத்தாளர் முல்லை முத்தையா அடிப்படையில் ஒரு மிகச்சிறந்த 'கதைசொல்லி'யாக இருந்தார். சிறுவர் சிறுமியருக்கு ஏற்ற வகையில் உலகில் உள்ள மிகச்சிறந்த கதைகளைத் தமிழில் முத்தையா நூலாகப் படைத்துள்ளார்.

பெரியவர்களுக்கு எழுதுவதைவிடச் சிறுவர்களுக்கு நூல் எழுதுவது மிகக் கடுமையான பணியாகும். ஏனென்றால் மிகக் கடுமையான செய்திகளை எளிமையாக இனிமையாகக் குழந்தைகள் எளிதில் புரிந்து கொள்ளும் வண்ணம் எழுதவேண்டும். முல்லை முத்தையா அந்த வகையில் வல்லமை மிக்க எழுத்தாளராகத் திகழ்ந்தார்.

சிறுவர்களுக்காகவே அவர் பின்வரும் நூல்களை எழுதியுள்ளார்.

1. ஷேக்ஸ்பியர் நீதிக்கதைகள்
2. லியோ டால்ஸ்டாயின் நீதிக் கதைகள்
3. முல்லாவின் வேடிக்கைக் கதைகள்
4. தெனாலிராமன் விகடக் கதைகள்
5. பீர்பால் தந்திரக் கதைகள்
6. அப்பாஜி யுக்திக் கதைகள்
7. மரியாதைராமன் தீர்ப்புக் கதைகள்
8. பரமார்த்த குரு கதைகள்
9. மாணவர் மாணவியருக்கு நீதிக்கதைகள்
10. சிறுவர் சிறுமியருக்கு நீதிக்கதைகள்
11. தமிழகக் கிராமியக் கதைகள்

12. ஆயிரத்து ஓர் இரவுகள்
13. விக்கிரமாதித்தன் கதைகள்
14. காதம்பரி காதல் கதைகள்
15. கதைக்கடல்
16. புகழ்பெற்ற மூன்று கதைகள்
17. மதன காமராஜன் கதைகள்

ஷேக்ஸ்பியர் நீதிக்கதைகள்

ஷேக்ஸ்பியர் உலகப் புகழ்பெற்ற நாடக ஆசிரியர். அவர் எழுதியவை பெரும்பாலும் வரலாற்று நாடகங்கள். அவர் காலத்திலேயே மேடையில் நடிக்கப் பெற்றுப் புகழ் பெற்றவை. செய்யுளும் உரைநடை வசனமுமாகக் கலந்து ஆங்கிலத்தில் எழுதப் பெற்றவை ஷேக்ஸ்பியரின் நாடகங்கள். நாடக வடிவத்தில் அப்படியே மொழிபெயர்த்துக் கொடுத்தால் அந்த நாடகங்களைப் பெரியவர்களாலேயே புரிந்து கொள்வது கடினம். குழந்தைகள் எப்படிப் புரிந்து கொள்வார்கள்? இங்குதான் முல்லை முத்தையாவின் மாயாஜாலத்தை (Magic Touch) நாம் காண்கிறோம். உயர்ந்த கருத்துக்களை எளிய மனிதரும் புரிந்து கொள்ளும் வகையில் எழுதுவோருக்கு இரண்டு உவமைகளைக் கூறுவார்கள்.

குழந்தையின் நோய்க்குக் கடுமையான மருந்து கொடுக்க வேண்டும், நேரடியாக மருந்து கொடுத்தால் குழந்தையின் குடல் தாங்காது. ஆகவே தாய் என்ன செய்வாள் தெரியுமா? தான் அந்த மருந்தை உண்பாள். தாய் உடலில் கலந்த மருந்தைத் தாய்ப்பாலாகக் குழந்தைக்கு ஊட்டுவாள். குழந்தை குடல் ஏற்றுக்கொள்ளும். நோயும் குணமாகும்.

மலரிலுள்ள தேனைப் பிரித்து எடுக்கின்ற ஆற்றல் மனிதர்களுக்கு இல்லை. மலரில் உள்ள தேன் கசக்குமாம். வண்டுகள் அதை உண்டு திரும்பக் கூட்டில் சேமிக்கும் போது அந்தத் தேன் இனிக்கிறது. மருந்தாகிறது. உணவும் ஆகிறது.

முல்லை முத்தையா தாயைப்போல, வண்டுபோல உலகின் மிகச் சிறந்த கதைகளை தான் படித்து உணர்ந்து மிக எளிய பாணியில் தமிழ்நாட்டுச் சிறுவர் சிறுமியருக்கு நூலாகத் தந்துள்ளார்.

ஷேக்ஸ்பியர் நாடகங்களைப் பல முறை பல முறை படித்து மனத்தில் உள்வாங்கிக் கொண்டு மிக எளிய நடையில் சிறுவர்கள் புரிந்து கொள்ளும் வகையில் நீதிக் கதைகளாக முத்தையா எழுதியுள்ளார்.

இந்நூலில் ஷேக்ஸ்பியரின் ஐந்து மிக நீண்ட நாடகங்கள் சுருங்கிய அளவில் நீதிக் கதைகளாகத் தரப் பெற்றுள்ளன.

1. அண்ணனும் தங்கையும் (Twelfth Night or What you will)
2. நிரபராதி (Othello)
3. புயலால் உண்டான நன்மை (The Tempest)
4. கெடுவான் கேடு நினைப்பான் (Macbeth)
5. உயிர்த்தோழன் (The Merchant of Venice)

'பன்னிரண்டாம் இரவு' அல்லது 'நீ என்ன ஆகப் போகிறாய்' என ஆங்கிலத்தில் ஷேக்ஸ்பியர் தலைப்பிட்டு எழுதியுள்ளார். முத்தையா அதற்கு அண்ணனும் தங்கையும் எனத் தலைப்பிட்டுள்ளார். அதேபோல் ஒத்தெல்லோ, மாக்பெத் என்று முதன்மைக் கதாபாத்திரங்களின் பெயரையே ஷேக்ஸ்பியர் தலைப்பாகத் தந்துள்ளார். ஆனால் நாடகத்தை முழுமையாக உள்வாங்கிக் கொண்டு கதையாகத் தரும் முத்தையா சிறுவர்கள் புரிந்து கொள்ளும் வகையில் 'ஒத்தெல்லோ' கதைக்கு 'நிரபராதி' என்றும் 'மாக்பெத்' கதைக்கு 'கெடுவான் கேடு நினைப்பான்' என்றும் தலைப்பிட்டுள்ளார்.

"குழந்தைகளுக்கும் பெரியவர்களுக்கும் அறிஞர்களுக்கும் எளியவர்களுக்கும் அவரவர்கள் விருப்பத்திற்குத் தகுந்த முறையில் எழுதும் ஆற்றலைப் பெற்றவர் முல்லை முத்தையா என்றால் அது மிகையாகாது" என்று இந்நூலின் பதிப்புரையில் இடம்பெறும் கூற்று மிகச் சரியான மதிப்பீடு.

ஷேக்ஸ்பியர் நாடகத்தில் உள்ள பாத்திரங்களில் மன உணர்வை அற்புதமாக வார்த்தைகளில் வடித்துள்ள முத்தையாவின் தமிழாற்றல் பாராட்டத்தக்கது.

ஒத்தெல்லோ மிகப் பெரிய வீரன். தளபதி, வெனிஸ் நகரப் பிரமுகர் மகளான மிகச் சிறந்த அழகி தெஸ்தமோனாவோடு அவன் பழக நேர்கிறது. ஒத்தெல்லோ தன் பயண அனுபவங்களை, போர்ச்

சாகசங்களைச் சொல்லச் சொல்ல அவள் மெய்மறந்து கேட்டுக் கொண்டிருப்பாள்.தெஸ்தமோனாவின் மன உணர்ச்சியை முத்தையா வாசகருக்குள் எப்படிப் புகுத்திவிடுகிறார் பாருங்கள்.

“தெஸ்தமோனாவின் கண்கள் அவனைத் தவிர வேறு யாரையும் பாராது. அவள் செவிகளில் அவன் சொல்லும் கதையைத் தவிர வேறு எதுவும் அப்போது நுழையாது. அவன் கதைகளிலேயே ஒன்றிப் போய் விடுவாள். அவன் சொல்லும் உருக்கமான கதைகளைக் கேட்டு உள்ளம் உருகுவாள். அவன் அடைந்த துன்பங்களைக் கேட்டு உணர்ச்சி தாளாது பெருமூச்சு விடுவாள். அவன் கண்களிலிருந்து கண்ணீர் தாரை தாரையாய்ப் பெருகியோடும்” என முல்லை முத்தையா தெஸ்தமோனாவைப் பற்றி நேர்முக வர்ணனை செய்கிறார். ஒத்தெல்லோ பேச்சைக் கேட்டு தெஸ்தமோனா ஒன்றிப் போய் விடுவது போல் நாமும் முத்தையாவின் தமிழோடு ஒன்றிப் போய் விடுகிறோம்.

கிஸாகோவின் சூழ்ச்சியால் ஒத்தெல்லா தெஸ்தமோனா மீது சந்தேகப்படுகிறான். அவன் மீது வெறுப்பை உமிழ்கிறான். “வறுமை, துன்பம், பட்டினி ஆகிய எல்லா வகையான துன்பங்களையும் மனிதன் பொறுத்துக்கொள்ள முடியும். ஆனால் நீ செய்த துரோகம் என் இதயத்தையே உடைத்து விட்டது. நீ ஒரு விஷப்பூண்டு. அழகாகக் காணப்படுகிறாய். ஆனால் நீ பிறந்தே இருக்கக் கூடாது” என ஒத்தெல்லோ பேசும் கூற்றான முல்லை முத்தையா எழுதும் வரிகள் நம் இதயத்தையும் உடைத்து விடுகின்றன. தெஸ்தமோனாவுக்காக நாம் கண்ணீர் விடுகிறோம். ஒத்தெல்லோ தெஸ்தமோனாவைக் கொன்றுவிடுகிறான். பிறகு அவள் நிரபராதி எனத் தெரிய வரும்போது ஒத்தெல்லோ தன் உயிரையும் மாய்த்துக் கொள்கிறான். ஆகவேதான் இக்கதைக்கு நிரபராதி என அவர் பெயர் சூட்டியுள்ளார். இவ்வாறே அரசனைக் கொலை செய்துவிட்டு மாக்பெத்தும் அவன் மனைவியும் துடிக்கும் துடிப்பையும் அவர்கள் அழிவையும் உணர்ச்சிகரமாகச் சித்திரிக்கும் கதைக்குக் ‘கெடுவான் கேடு நினைப்பான்’ என முத்தையா பெயர் சூட்டியுள்ளார்.

2. லியோ டால்ஸ்டாயின் உலகப்புகழ்பெற்ற நீதிக்கதைகள்

டால்ஸ்டாயின் 23 கதைகளும் அடங்கியுள்ள முழுத் தொகுப்பு என்று முன் அட்டையிலேயே குறிப்பிடப் பெற்றுள்ளது போல் 23 கதைகள் இத்தொகுப்பில் உள்ளன.

அண்ணல் காந்தியடிகள் தம் வழிகாட்டியாகக் கொண்டவர் ரஷ்ய எழுத்தாளர் லியோ டால்ஸ்டாய். ஆகவே முல்லை முத்தையா இந்த நூலுக்கு முன்னுரை எழுதும் போது, "இந்தியாவுக்குக் காந்தியடிகளைப் போல ருஷ்யாவுக்கு டால்ஸ்டாய். டால்ஸ்டாய் ருஷ்யாவின் கோடீஸ்வரப் பிரபுவாகப் பிறந்து வாழ்ந்தவர். பிறகு படிப்படியாக எல்லாவற்றையும் துறந்தார். அவர் தம்முடைய கருத்துக்களை நூல்கள் மூலம் பரப்பி வந்தார். உலகம் முழுவதும் பரவிப் புகழ்பெற்றது. டால்ஸ்டாயின் கதைகளில் காதல் என்பதே கிடையாது. அத்தனையும் நீதிக்கதைகள். உழைப்பு, விளக்கம், அன்பு, ஆதரவு, எளிமை, ஏழ்மை, தெய்வ சிந்தனை, கருணை இவற்றை அடிப்படையாகக் கொண்டு எழுதப்பட்டவை" என எழுதுகிறார்.

இந்த உயர்ந்த கருத்துக்கள் சிறுவர்கள் மனத்தில் பதிய வேண்டும் என்பதற்காகவே முத்தையா எளிய இனிய தமிழ் நடையில் எழுதியுள்ளார். இந்நூலைப் படிக்கும்போது மொழிபெயர்ப்பு நூலைப் படிப்பது போன்ற உணர்வு இல்லை. தமிழில் நேரடியாக எழுதப்பட்ட கதைகளைப் படிப்பது போன்ற உணர்வே ஏற்படுகிறது.

டால்ஸ்டாயின் சிந்தனைகளும் இந்திய தமிழ்ச் சிந்தனைகளும் ஒரே மாதிரி இருக்கின்றன என்பதை இந்தக் கதைகளைப் படிக்கும்போது உணர முடிகிறது. இறைவனுக்குக் கோவிலில் செலுத்தும் காணிக்கையை விட ஏழைகளுக்கு செய்யும் உதவியை ஏற்றுக் கொள்கிறார். அதுவே மிகச் சிறந்த வழிபாடு என்பது தமிழ்ச் சிந்தனை, இந்தியச் சிந்தனை. இதே சிந்தனை டால்ஸ்டாயின் கதைகளிலும் காணப்படுவதை முத்தையா வாசகர்களை உணர வைக்கிறார்.

பட மாடக் கோவில் பரமர்க்கு ஒன்று ஈயின்
நடமாடும் கோயில் நம்பர்க்கு அஃது ஆகா
நடமாடும் கோவில் நம்பர்க்கு ஒன்று ஈயின்
படமாடும் கோவில் பரமர்க்கு அஃது ஆமே

என்பது திருமூலர் அருளிய திருமந்திரம். இதே சிந்தனை லியோ டால்ஸ்டாயின் 'புனிதப் பயணம்' என்ற கதையில் இடம்பெற்றுள்ளது. இத்தொகுப்பில் 22ஆவது கதையாக இது இடம் பெற்றுள்ளது.

எபிம் என்ற முதியவரும் எலிஜா என்ற முதியவரும் நண்பர்கள். இருவரும் ஜெருசேலம் புனிதப் பயணம் மேற்கொள்கின்றனர். வழியில்

வறட்சி மிகுதியால் ஒரு கிராமத்தைக் கடந்து செல்கின்றனர். எபிம் சற்று வேகமாக நடந்து முன்னே செல்ல எலிஜா தண்ணீர் குடிப்பதற்காக ஒரு வீட்டிற்குச் செல்கிறார். அங்கே முதியவர்கள், இளைஞர்கள், குழந்தைகள் எல்லோரும் பலநாள் உணவு உண்ணாததால் பட்டினியாய் மயங்கிக் கிடக்கின்றனர். தன்னிடமிருந்த ரொட்டியை எலிஜா அவர்களுக்குக் கொடுக்கிறார். தாம் வைத்திருந்த பணத்தில் நிலத்தைக் கடனிலிருந்து மீட்டுக் கொடுக்கிறார். பசு, குதிரை, ஒரு வண்டி ஆகியவற்றை எலிஜா அவர்களுக்கு வாங்கிக் கொடுக்கிறார். அவர்கள் ஓரளவு வலிமை பெற்று நிலத்தில் பயிரிட ஆரம்பிக்கின்றனர். ஒரு வாரம் ஆகி விட்டது. இனிக் கையில் உள்ள சொற்பப் பணத்தைக் கொண்டு யாத்திரையைத் தொடர முடியாது என எலிஜா, தம் ஊருக்குத் திரும்பி விடுகிறார். எமின் ஜெருசலேமை அடைந்து விடுகிறார். அங்கே அவருக்கு முன்னால் வழுக்கைத் தலையுடன் எலிஜா தொழுது கொண்டிருப்பதைப் பார்க்கிறார். மறுநாளும் எமின் அந்தக் காட்சியைப் பார்க்கிறார்.

திரும்பி வரும்போது எபிம், எலிஜா தன்னை விட்டுப் பிரிந்த கிராமத்திற்குச் சென்றார். எலிஜா தண்ணீர் குடிக்க நுழைந்த வீட்டுக்குள் எபிம் நுழைந்தார். இவர்களை விசாரித்தால் ஒருவேளை எலிஜாவைப் பற்றி தெரியவரும் என்று நினைத்தார்.

எபிம் உள்ளே சென்று அமர்ந்தார். அவரை நன்கு உபசரித்தனர். "கடவுளை மறந்து நாங்கள் வாழ்ந்து வந்தோம். மரண வாசலை நெருங்கும்படி அவர் எங்களைத் தண்டித்துவிட்டார். சென்ற ஆண்டு பசியும் பிணியும் மிக வாட்டி நிலைமை படுமோசமாகிவிட்டது. எல்லாருமே படுத்த படுக்கையானோம். உங்களைப் போல் ஒரு யாத்ரீகரை கடவுள் இங்கே அனுப்பி வைக்காமல் இருந்திருந்தால் நாங்கள் அனைவரும் மடிந்து போயிருப்போம். தண்ணீர் கேட்பதற்காக இவ்வீட்டினுள் நுழைந்த அவர் எங்களுடைய மோசமான நிலையைப் பார்த்து இரக்கம் கொண்டு இங்கேயே தங்கி எங்களுக்கு உணவளித்து பசியைப் போக்கி உயிர் பிழைக்கச் செய்ததோடு எங்கள் நிலத்தை மீட்டுத் தந்து குதிரை வண்டியும் வாங்கிக் கொடுத்தார். இவ்வளவும் செய்தவர் எங்கோ மறைந்து விட்டார்" என்றான். "அவர் மனிதர்தானா? அல்லது கடவுளிடமிருந்து வந்த தேவதையா? என்பதை இதுவரை எங்களால் அறிய முடியவில்லை. யார் என்பதைச் சொல்லாமலே போய் விட்டார்" என்றாள் கிழவி.

அப்பொழுது உள்ளே வந்த கிழவியின் மகன் "அவர் மட்டும் வராமல் இருந்திருந்தால் நாங்கள் பாவிகளாகவே மாண்டு போயிருப்போம். அந்த மகான்தான் எங்களுக்குக் கடவுள் நம்பிக்கையை ஊட்டினார். கர்த்தர் அவரைக் காப்பாற்றுவாராக, மிருகங்களாக வாழ்ந்த எங்களை அவர்தான் மனிதராக்கினார்" என்றார். "கடவுள் என்னுடைய பிரார்த்தனையை ஏற்றுக் கொண்டிருந்தாலும் இல்லாவிட்டாலும் எலிஜாவின் பிரார்த்தனையை ஏற்றுக் கொண்டுவிட்டார்" என்று எண்ணினார். எபிம் ஊருக்குத் திரும்பி வந்தபோது எலிஜா ஜெருசேலம் செல்லாமல் பாதியில் திரும்பியதை அறிந்தார். அப்போது அவர் ஒரு உண்மையைத் தெளிவாக உணர்ந்தார். அது என்ன?

"பிறரிடம் அன்பு செலுத்துவது நற்காரியங்களைச் செய்வது அவற்றின் மூலமே ஒவ்வொருவரும் தாங்கள் பட்டுள்ள கடனைத் தீர்க்க முடியும் என்பது கடவுளின் கட்டளை" என முத்தையா கதையை முடிக்கிறார். கதை முடியாமல் நம் மனத்தில் தொடர்கிறது. டால்ஸ்டாயின் கதைகளைத் தமிழில் தந்தவர்களில் முல்லை முத்தையா முதலிடம் பெறுகிறார்.

முல்லாவின் வேடிக்கைக் கதைகள்

தமிழ்நாட்டுச் சிறுவர்கள் மட்டும் அல்லாமல் பெரியவர்களும் மிக விரும்பிப் படித்த நூல் இது. பல பதிப்புக்கள் வெளிவந்துள்ளன. வெறும் பொழுதுபோக்காகக் கதைகளை மட்டும் தராமல் வரலாற்று உணர்வோடு ஆசிரியர் பற்றிய குறிப்புக்களையும் தந்து சிறுவர்களுக்கு அறிவூட்டினார் முல்லை முத்தையா.

"முல்லா என்றால் கல்விமான், அறிஞர் என்பது பொருள். முல்லா நஸ்ருதீன் முழுப்பெயர். அவர் துருக்கியிலுள்ள எஸ்கி ஷஹர் என்ற ஊரில் பிறந்தார். இவர் 1683இல் காலமானார். துறவிகள் இவருடைய கதைகளில் ஆழ்ந்த ஆன்மீக அறிவு மறைந்திருப்பதாகக் கூறுகின்றனர்" என முல்லாவை அறிமுகப்படுத்துகிறார் முல்லை முத்தையா.

முல்லாவின் கதைகள் இயல்பான நகைச்சுவை உணர்வும் ஆழ்ந்த வாழ்க்கை உண்மைகளும் அடங்கியிருப்பதை ஆசிரியர் சிறப்பாக எடுத்துக் காட்டுகிறார். இந்தத் தொகுப்பில் 130 சின்னஞ் சிறு கதைகள் இடம்பெற்றுள்ளன. ஆழ்ந்த ஆன்மீக உணர்வு கதைகளில் மறைந்து உள்ளன.

ஒரு சமயம் முல்லா புதிய நகரம் ஒன்றுக்குச் சென்றார். திடீரென்று அவருக்குத் தாம் யார் என்பது மறந்துவிட்டது. அங்கிருந்தவர்களிடம் "நான் யார் என்று கூறுங்கள்?" என்று கேட்டார். ஒருவருக்கும் அவரைத் தெரியவில்லை. ஒரு கடைக்குள் முல்லா நுழைந்தார். "என்ன வேண்டும் உங்களுக்கு?" எனக் கடைக்காரர் கேட்டார். "நான் வந்ததைப் பார்த்தீர்களா?" என்று முல்லா அவரிடம் கேட்டார். 'ஆம்' என்றார் கடைக்காரர். "என்னை உங்களுக்கு முன்னால் தெரியுமா?" என்று கேட்டார் முல்லா. 'இல்லை' என்றார் கடைக்காரர். உடனே முல்லா, "அப்படியானால் வந்தது நான்தான் என்று எப்படி அறிந்தீர்கள்" எனக் கேட்டார். "நான் யார்?" என்ற கேள்விக்கு விடை காண்பது கடினம் என்ற உண்மையை இக்கதை உணர்த்துகிறது.

இதைப்போலவே இந்தியாவில் புகழ்பெற்ற தெனாலிராமன் கதைகள், பீர்பால் கதைகள், அப்பாஜி கதைகள், பரமார்த்த குரு கதைகள் ஆகியவற்றையும் தொகுத்து நூல்களாக முல்லை முத்தையா தந்துள்ளார். தெனாலிராமன் விகடக் கதைகள் நூலில் 46 கதைகள் உள்ளன. பீர்பால் தந்திரக் கதைகள் நூலில் 70 கதைகள் இடம் பெற்றுள்ளன. அப்பாஜி யுக்திக் கதைகள் நூலில் 18 கதைகள் உள்ளன. மரியாதைராமன் தீர்ப்புக் கதைகள் நூலில் 21 கதைகளும் பரமார்த குரு கதைகளில் 9 கதைகளும் இடம்பெற்றுள்ளன.

வீரமாமுனிவர் பற்றிய வரலாற்றுக் குறிப்புக்களை எளிமையாகச் சிறுவர்கள் உணரும் வகையில் எழுதியுள்ளார். கான்டிஸ்டன் ஹியுங் பெஸ்கி இத்தாலி நாட்டில் 1680 இல் ஆண்டு நவம்பர் 8ஆம் தேதி பிறந்தார். தம்முடைய பெயரைத் 'தைரியநாதசுவாமி' என மாற்றிக் கொண்டார். மதுரைத் தமிழ்ச்சங்கம் வீரமாமுனிவர் எனப் பெயர் சூட்டியது.

'தேம்பாவணி' என ஏசு கிறிஸ்துவின் வரலாற்றை தமிழில் எழுதினார். தமிழில் முதல் முதலில் 'சதுர அகராதி' என அகராதி நூலைத் தந்தார். இவர் திருநெல்வேலி மாவட்டம் மணப்பாகு கிராமத்தில் 1747ஆம் ஆண்டு காலமானார் என வீரமாமுனிவர் பற்றி முல்லை முத்தையா எழுதுகிறார்.

சிரிக்கச் சிரிக்க கதைகள் சொல்லி ஒருவரின் சிந்தனைத் திறனை வளர்க்கும் பெரும் தமிழ்த் தொண்டை முல்லை முத்தையா

செய்துள்ளார். எதைப் பற்றியும் தெளிவாகத் தீர்க்கமாக முழுமையாக சிந்தித்து வரையறுத்து எழுதுவது முத்தையாவின் தனித்தன்மையாகும். 'தெனாலிராமன் விகடக் கதைகள்' நூலின் முன்னுரையில் சிரிப்புப் பற்றிய ஓர் ஆராய்ச்சியே செய்துள்ளார் முத்தையா.

புன்னகை – வாயைத் திறக்காமல் பற்களைக் காட்டாமல் சத்தம் செய்யாமல் அடங்கி ஒடுங்கி அடிமைபோல் வாயிற்படியில் பாதி மறைந்து நிற்கிறது.

அசட்டுச் சிரிப்பு – இதைக் கோமாளிச் சிரிப்பு என்றும் கூறலாம். சம்பந்தம் இல்லாமல் பிதற்றுபவரின் கை வெடிகுண்டு. இந்தச் சிரிப்பு சமய சந்தர்ப்பம் இல்லாமல் பேய்போல் தலைவிரித்தாடும். அறிஞர்கள் அவையில் அருவருப்பு ஏற்படுத்தி விடக் கூடியது.

வெடிச் சிரிப்பு – வெடி போன்றது. உள்ளத்தில் தோன்றிய எண்ணங்கள் வந்த வெளியில் வெடித்துப் பாய்கிறது.

பச்சைச் சிரிப்பு – உதட்டில் நிகழும் சிரிப்புக்கும் உள்ளக் கருத்துக்கும் எந்தச் சம்பந்தமும் இருக்காது. பிடிக்காதவர்களிடமும் மணிக்கணக்காகப் பேசுபவர்களிடமும் இதைக் காணலாம்.

தேர்தலில் தோற்றவர் வெற்றி பெற்றவருக்கு மாலை அணிவிக்கும் போது அவருடைய முகத்தில் இச்சிரிப்பைக் காணலாம்.

சிரித்துக்கொண்டே கழுத்தை அறுக்கும் வியாபாரிகளின் முகத்தில் தாண்டவமாடும் சிரிப்பும் இந்த இனத்தைச் சேர்ந்ததுதான்.

கொலைச் சிரிப்பு – இது பயங்கரமானது. மிருகத் தன்மை உண்டு.

கிச்சுகிச்சுச் சிரிப்பு – குழந்தைகளிடம் விளையாடும் போது காணலாம்.

வெள்ளைச் சிரிப்பு – தினசரி வாழ்வில் காண்பது. பழக்கம் இல்லாத ஒருவர் வீட்டிற்கு வந்தால் அவரை வரவேற்பதற்கும் கடைகளில் சாமான் வாங்க வந்தவர்களுக்கு நல்வரவு கூறுவதற்கும் தேர்ச்சி பெற்றவர்கள் இந்தச் சிரிப்பைத்தான் பயன்படுத்துகிறது.

முல்லை முத்தையா தம் வாழ்க்கையில் சந்தித்த மனிதர்கள் சிரிப்பதை வைத்து அனுபவத்தால் சிரிப்பை வகைப்படுத்தி எழுதும் அணுகுமுறை அவரை வித்தியாசமானவராகக் காட்டுகிறது.

தமிழகக் கிராமியக் கதைகள், மாணவர் மாணவியருக்கு நீதிக்கதைகள் என இரு நூல்களை முத்தையா எழுதியுள்ளார். முதல் நூலில் 200 கதைகளும் பின்னைய நூலில் அறுபது கதைகளும் இடம்பெற்றுள்ளன. முத்தையா தாம் கேட்ட படித்த கதைகளையெல்லாம் நினைவு வைத்து எளிமையாக இந்தக் கதைகளைத் தொகுத்து எழுதியுள்ளார்.

தமிழகத்தின் பிரபல சொற்பொழிவாளர்கள் பலரும் மேடைகளில் இக்கதைகளைப் பயன்படுத்தியுள்ளனர். வானொலியில் புகழ்பெற்ற 'இன்று ஒரு தகவல்' நிகழ்ச்சியில் இந்தக் கதைகள் பலமுறை சொல்லப் பட்டிருக்கின்றன. சான்றாக ஒரு கதையைப் பார்ப்போம்.

ஒரு நாட்டின் அரசனுக்கு ஒரு நாள் ஒரு சந்தேகம் எழுந்தது.

எத்தகைய பற்றும் அதாவது மண், பெண், பொன் இம்மூன்றிலும் ஆசை கொள்ளாத துறவி இருக்க முடியுமா? என்று சிந்தித்துக் கொண்டிருந்தான்.

பிறகு அமைச்சனை அழைத்து "எந்தப் பற்றும் இல்லாத ஒரு துறவி நாட்டில் இருக்க முடியுமா?" என்று கேட்டான் அரசன்.

"அப்படிப்பட்ட துறவி ஒருவர் இருக்கிறார்" என்றான் அமைச்சன்.

அப்படியானால் அந்தத் துறவியை அழைத்து வரும்படி சொன்னான் அரசன்.

"அரசே! 'துறவிக்கு வேந்தன் துரும்பு' என்று கூறுவார்கள். ஆகையால் அவர் அரண்மனைக்கு வர மாட்டார். நகரத்திற்கு வெளியே ஒரு மரத்தடியில் அமர்ந்து இருக்கிறார். நாம்தான் சென்று அவரைக் காண வேண்டும்" என்றான் அமைச்சன்.

அதற்கான ஏற்பாட்டைச் செய்யும்படி சொன்னான் அரசன்.

தான் கூறியதை மெய்ப்பிக்க எண்ணி முயற்சி செய்தான் அமைச்சன்.

"ஒரு நாடக நடிகனைத் தேடிக் கண்டு தனக்கும் அரசனுக்கும் நடந்த உரையாடலைக் கூறி நகரத்துக்கு வெளியே ஒரு மரத்தடியில் காவி உடை அணிந்து உட்கார்ந்து 'எல்லாம் இறைவன் செயல்' என்று சொல்லும்படியும் அரசன் பரிசுகள் எதுவும் அளித்தால் அதைப் பெற்றுக் கொள்ளக் கூடாது" என்றும் கூறினார்.

மேலும் இந்த நடிப்புக்காக நான் ஆயிரம் பொன் தருவதாகவும் சொல்லித் துறவியைத் தயார் செய்தான் அமைச்சன்.

மறுநாள் அரசன் அரசி அமைச்சர் ஆகிய மூவரும் துறவியைக் காணச் சென்றனர்.

துறவியைப் பார்த்ததும் அரசனும் அரசியும் அவர் காலில் விழுந்து வணங்கினர். வெள்ளித் தாம்பாளத்தில் பட்டாடை, பழங்கள், பூ ஆகியவற்றோடு ஐயாயிரம் பொன்னையும் வைத்து துறவியிடம் வைத்து அதை ஏற்கும் படி கூறினார்.

"அரசனே 'எல்லாம் இறைவன் செயல்', நானோ முற்றும் துறந்தவன், எனக்கு எதறகாக இவை? இவற்றைப் பார்த்தால் என் உடலும் உள்ளமும் நடுங்கும். இவற்றை நீ எடுத்துச் சென்று ஏழை எளியவர்களுக்கு வழங்கி நலத்துடன் வாழ்வாயாக, எல்லாம் இறைவன் செயல்" என்று வாழ்த்தினார் துறவி.

அரசன் வியப்புற்று மன நிறைவோடு அரண்மனைக்குத் திரும்பினான்.

அதன்பின் அமைச்சன் துறவியிடம் சென்று உண்மையான துறவியைக் காட்டிலும் சிறப்பாக நடித்து விட்டாய். நான் சொன்னபடி "இதோ ஆயிரம் பொன்' என்று கூறி அவனிடம் கொடுத்தான்.

"எனக்கு வேண்டாம். நாட்டின் அரசனும அரசியும இந்த ஏழையின் காலில் விழுந்து வணங்கியது மிகவும் பெருமைப் படத்தக்கது. இப்படி ஒரு செயல் புரிந்து இந்த ஏழை நடிகனை நீங்கள் பெருமைப படுத்திவிட்டீர்கள். அதுவே எனக்குப் போதுமானது. மற்றும் இந்த நிகழ்ச்சியைப் பார்த்தாலும் குடும்பத்தில் சில கடமைகளை நிறைவேற்றி விட்டு உண்மையிலேயே துறவி ஆகிவிடலாமா என்ற எண்ணம் எனக்கு எழுகின்றது" என்றான்.

உண்மையிலேயே பற்று அற்றவனுக்கு மதிப்பு உண்டாகும். உண்மையிலேயே அத்தகையவர்களைக் காண்பது எளிது அல்ல.

உலகத்தில் உள்ள சமயங்கள் எல்லாம் கூறும் உயர்ந்த கருத்தை முல்லை முத்தையா எளிய கதை மூலம் சிறுவர் உள்ளத்தில் பதித்து விடுகிறார்.

பற்றுக பற்றற்றான் பற்றினை அப்பற்றைப்
பற்றுக பற்று விடற்கு

எனத் திருவள்ளுவரும் கூறுவார். மற்றவர்களின் பயனை விளக்கும் இக்கதையை மிக எளிமையாக முல்லை முத்தையா தருவது பாராட்டுக்குரியது.

முல்லை முத்தையாவுக்கு மிகவும் புகழ் தேடித் தந்த தொகுப்பு 'ஆயிரத்து ஓர் இரவுகள்' கதைகள். 'அரேபிய இரவுகள்' (Arabian Nights) என்று ஆங்கிலத்தில் பல தொகுப்புகள் வெளிவந்துள்ளன. ஆனால் அதை மிகச் சுவையாகத் தொகுத்து எளிய இனிய தமிழில் தந்துள்ளார். மூதறிஞர் ராஜாஜி தனக்கு ஓர் ஆதர்ச குருவாக விளங்கிய உண்மையை இந்நூலின் முன்னுரையில் குறிப்பிடுகிறார் முல்லை முத்தையா.

'ஆயிரத்து ஓர் இரவுகள்' என்னும் இந்தக் கதைத் தொகுதி பல நூற்றாண்டுகளுக்கு முன்னரே அரேபியா எகிப்து பாரசீகம் முதலிய இஸ்லாமிய நாடுகளில் பிரசித்தி பெற்று அமைந்திருந்தது.

மகாபாரதமும் இராமாயணமும் பாரத நாட்டின் பழம்பெரும் காவியங்கள் என்றாலும் அவற்றின் பழங்கால நடையின் காரணமாக இக்கால வாசகர்கள் விரும்பிப் படிப்பதில்லை. ஆகவே ராஜாஜி அவர்கள் இக்கால வாசகர்கள் விரும்பும் வண்ணம் அந்தக் காவியங்களுக்குப் புது மெருகு கொடுத்தார்கள். அதனால் லட்சக்கணக்கானவர்கள் அதைப் படித்துப் பயனடைந்தார்கள்.

அதைப் பின்பற்றியே இந்தக் கதைத் தொகுதியைத் தொகுக்க முற்பட்டேன். மூலக் கதைகளில் உள்ள சம்பவங்கள் எதையும் விட்டுவிடாமல் அவசியமற்றவைகளை மட்டுமே நீக்கியுள்ளேன். எனவே இந்நூல் வாசர்களுக்குச் சலிப்புத் தோன்றாமலும் விரும்பிப் படிக்கும் விதத்திலும் இருக்கும் என்பது என் நம்பிக்கை" என முல்லை முத்தையா எழுதுகிறார். அவரது நம்பிக்கை வீண் போகவில்லை.

வாரியர் மன்னன் தன் மனைவியின் நடத்தையால் பெண்கள் மீது வெறுப்புக் கொள்கிறான். தினந்தோறும் ஒரு கன்னிப் பெண்ணைத் திருமணம் செய்து கொண்டு மறுநாள் அவளுக்கு மரணதண்டனை வழங்கி விடுவான். அவனை மணந்துகொள்ளும் ஹாரஜாத் என்னும் பெண் ஒவ்வொரு இரவும் ஒரு கதைசொல்லிப் பாதியில் நிறுத்தி விடுவாள். மன்னனும் தொடர்ந்து கதை கேட்கும் ஆர்வத்தால் அவளைக் கொல்ல மாட்டான். இவ்வாறு ஆயிரத்தொரு இரவுகள் அவள் கதை சொன்னாள். மன்னனும் மனம் மாறி அவளை

என்றும் மனைவியாக ஏற்றுக் கொண்டான்.

கதைக்குள் கதையாகச் சொல்லித் தொடர்போல் ஆயிரத்துக்கு மேற்பட்ட கதைகள் அடங்கிய தொகுப்பு நூல் இது.

சிறுவர்கள் மட்டும் இன்றிப் பெரியவர்களும் சுவைத்துப் படிக்கும் நூல் இது. இவ்வாறு பிற மொழி பிற நாட்டுக் கதைகளைத் தமிழ் மக்களுக்கு அறிமுகம் செய்து வைத்த முத்தையாவின் தமிழ்ப்பணி என்றும் வரலாற்றில் இடம்பெறும்.

③
திருக்குறள் பற்றிய நூல்கள்

முல்லை முத்தையாவின் எழுத்துப்பணிகளுள் மணிமகுடமாகத் திகழ்வது திருக்குறள் பற்றி அவர் எழுதியுள்ள நூல்களாகும்.

வள்ளுவன் தன்னை உலகினுக்கே தந்து
வான்புகழ் கொண்ட தமிழ்நாடு

என்று பாடினார் மகாகவி பாரதியார். காலத்திற்கு ஏற்ப எளிய இனிய தமிழில் வள்ளுவனை மீண்டும் தமிழகத்திற்குத் தந்து அதனால் வான்புகழ் கொண்டவர் முல்லை முத்தையா.

பர்மாவில் வாழ்ந்த காலத்தில் இளமையில் அவர் ஆர்வத்துடன் பயின்ற நூல் திருக்குறள். அவருடைய தமிழார்வத்தை திருக்குறள் மேலும் வளர்த்தது. இன்னும் சொல்லப்போனால் திருக்குறளே அவரை எழுத்தாளர் ஆக வேண்டும் என்று தூண்டியது.

முல்லை முத்தையா திருக்குறள் பற்றி எழுதியுள்ள நூல்களை ஆராய்ந்து முனைவர் ஆறு. அழகப்பன் அவர்கள் ஓர் அரிய ஆராய்ச்சி உரையை நிகழ்த்தியுள்ளார்.

"1920 ஜூன் திங்கள் 7ஆம் நாளில் பிறந்து 9.2.2000இல் இயற்கை அடைந்த திரு.முல்லை முத்தையா என்னும் பெருமகனார் தம் எண்பதாண்டு வரலாற்றில் முப்பெரும் பணிகளைச் செய்துள்ளார்.

1. முல்லை இதழாசிரியராகத் திகழ்ந்தார்.

2. முல்லை பதிப்பகத்தின் வழி பல தமிழ் நூல்களைப் பதிப்பித்து வெளியிட்டுள்ளார். உலகப் புகழ்பெற்ற நாவல்களை மொழிபெயர்த்துச் சுருக்கமாக அழகிய பதிப்பாக வெளியிட்டுள்ளார்.

3. திருக்குறள் கற்றவர்களுக்கும் பண்டிதர்களுக்கும் மட்டுமே பயன்படாமல் பாமரர்களுக்கும் பயன்பட வேண்டும் என்ற உன்னத குறிக்கோளுடன் அப்பணியில் ஈடுபட்டு ஏழு அரிய நூல்களை வெளிக் கொணர்ந்துள்ளார். 1959இல் தொடங்கிய இப் பரப்புரையை 2000ஆம் ஆண்டு வரை தம் வாழ்நாள் பணியாக மேற்கொண்டுள்ளார். இக்கால கட்டங்களில் அவர் தமிழன்னைக்குப் படைத்துள்ள ஏழு நூல்கள் பின்வருமாறு உள்ளன.

1. திருக்குறளின் பெருமை
   (அறிஞர் பெருமக்களின் கட்டுரைகள்)
2. திருக்குறள் அறிவுரைகள்
3. திருக்குறள் உவமைகள்
4. திருக்குறள் முத்துக்கள்
5. திருக்குறள் கூறும் குடும்ப வாழ்க்கை
6. திருக்குறள் கூறும் இன்ப வாழ்க்கை
7. திருவள்ளுவர் அருளிய திருக்குறள்
   (எளிய உரையுடன்)

இந்நூல்கள் அனைத்தும் பி.எல். முத்தையா அவர்களின் சுய சிந்தனையில் உருவான உரைகளாகும். முல்லை முத்தையா தம் வாழ்நாள் முழுவதும் திருக்குறள் என்ற இறவா நூல் தொடர்பான சிந்தனையாகவே இருந்தார் எனப் பேராசிரியர் ஆறு.அழகப்பன் குறிப்பிடுகிறார்.

திருக்குறளின் பெருமை

முல்லை முத்தையா திருக்குறள் பற்றிய நூல்களை, கட்டுரைகளைத் தேடித்தேடிப் படித்தார். திருக்குறளை நன்கு அறிந்து கொள்ள வேண்டும் என்னும் அவாவுடன் அவர் படித்தார். திருக்குறளின் அருமை பெருமைகளை அனைவரும் அறிந்து கொள்ள வேண்டும் என்றும் பரந்த நோக்குடன் தான் படித்த சிறந்த கட்டுரைகளைத் தொகுத்துத் 'திருக்குறளின் பெருமை' என்ற நூலை அவர் உருவாக்கினார்.

இந்த நூலைத் தொகுத்துப் பதிப்பித்ததில் முல்லை முத்தையாவின் நுண்மாண் நுழைபுலமும் எழுத்து வன்மையும் தெளிவாகப் புலப்படுகிறது. இந்த நூலில் முதல் கட்டுரையாக மகாமகோபாத்யாய,

உ.வே. சாமிநாதய்யர் எழுதிய படைப்பு அமைந்துள்ளது. உ.வே. சா.வின் எழுத்துக்களின் வழமையான தன்மையிலிருந்து மாறுபட்டுப் புதுமை மிளிர்வதால் இந்த எழுத்துநடை அமைந்துள்ளது. இதை நன்கு உணர்ந்து முதற் கட்டுரையாக அமைந்ததில் முத்தையாவின் புதுமை எழுத்தார்வமும் வெளிப்படுகிறது.

"திருவள்ளுவரையும் அவரது திருக்குறளையும் பாராட்டாத புலவர்கள் இலர். தமிழ்மணம் எங்கெங்கு உண்டோ அங்கெல்லாம் திருக்குறளின் நறுமணம் வீசிக்கொண்டே இருக்கும். குறள் மணம் எங்கெங்கு உண்டோ அங்கெல்லாம் தமிழ்மணம் வீசுகிறதென்று கூறுதலே மிகவும் பொருத்தமாகத் தோன்றுகிறது. ஏனெனில் தமிழ் வழங்காத பிற நாடுகளிலுள்ள அறிஞர்கள் திருக்குறளின் மொழிபெயர்ப்புகளைப் படித்து இன்புறுகிறார்கள். அங்கே தமிழ்மணம் ஏது? நாமெல்லாம் தமிழை அறிந்து அதன் மூலம் குறளை அறிகின்றோம். அவர்களெல்லாம் குறளின் பொருளை அறிந்து அதன் மூலம் தமிழைப் பற்றி அறிந்து கொள்கிறார்கள். இதனால் தமிழைக் காட்டிலும் குறளுக்கு வியாபகம் அதிகமாக இருப்பதை அறிகிறோமல்லவா?"

இந்தக் கட்டுரையை காலத்தால் அழியாத கல்வெட்டுப் போலத் திருக்குறளின் பெருமையைச் செதுக்கியுள்ள எழுத்துச் சிற்பியாக விளங்குகிறார் முத்தையா. குறளின் வியாபகம் அதிகம்; அதனால் திருக்குறளால் தமிழின் பெருமையை உலகம் அறிகிறது. "வள்ளுவன் தன்னை உலகினுக்கே தந்து வான்புகழ் கொண்ட தமிழ்நாடு" என்ற பாரதி பாடலுக்கு விளக்கம் போல் திகழும் இக்கட்டுரை வாயிலாக 'எதை எப்படி எழுத வேண்டும், எது பதியும்' என்பதை முத்தையா நமக்கு எடுத்துக்காட்டுகிறார். திருக்குறளின் எளிய முறையை இதை விட எவ்வாறு விளக்க முடியும்.

'குறளும வாழ்க்கையும' என்னும கட்டுரை, தமிழ மாமுனிவா திரு.வி.க. எழுதிய கட்டுரை இந்நூலில் இடம்பெற்றுள்ளது. இதன் வாயிலாகத் திரு.வி.க. உணர்த்தும் அரிய செய்தியை முத்தையா உலகம் உணர எடுத்துக் காட்டுகிறார்.

"இச்சமயம் உங்கள் நினைவுக்கு ஒன்றைக் கூற விரும்புகிறேன். நான் பழைய ஏடுகளை நன்கு ஆராய்ச்சி செய்தபோது வள்ளுவர் இரண்டாவது குறளாக,

இருள்சேர் இருவினையும் சேரா இறைவன்
பொருள்சேர் புகழ்புரிந்தார் மாட்டு

என்பதையே குறிப்பிட்டிருக்கிறார். இது குறளின் முதல் அதிகாரத்தில் இரண்டாவது செய்யுளாகக் காணப்படுகிறது. இருளைப் பற்றி விவாதம் பல காலமாக நடைபெற்று வருகிறது. இருள் பொருளா? அல்லவா? என்று ஆராய்ச்சி மிகுந்துள்ளது. வெளிச்சம் பொருளா என்றால் அது பொருள் என்று முடிவு கூறப்பட்டுள்ளது. விஞ்ஞானிகள் கண்டதையே கூறுவர். காணாததைக் கூறமாட்டார்கள். அத்தன்மையிலேயே இதற்கும் பொருள் தேட வேண்டும்.

விஞ்ஞானிகள் நுட்பத்தை நோக்கிச் சொல்லி விடுவார்கள். அதை ஏற்றுக்கொள்ள வேண்டும். விஞ்ஞானிகள் இருளைப் பற்றி என்ன கூறுகின்றனர்? பொருள் என்றால் அதற்குச் செயல் இருக்கவேண்டும் என்பதேயாகும். இருளில் செயல் இருக்கிறதா? ஜெர்மனியில் 316 அறிஞர்கள் ஆராய்ச்சி செய்து இருளுக்கும் அறிவு இருக்கிறது என்ற முடிவுக்கு வந்துள்ளனர். இப்போது ஆகாயத்திற்கும் செயல் இருக்கிறது என்று காட்டப்பட்டுள்ளது. அதேபோல் இருளுக்கும் செயல் நிகழ்ச்சி இருக்கிறது. இப்படிப்பட்ட ஆராய்ச்சியின் மூலமே குறளைப் பார்க்கவேண்டும். இருளுக்கும் பொருள் உண்டு என்று கூறியுள்ளார் வள்ளுவரும். அப்பொருள் எது? இயற்கைதான் அப்பொருள்.

முல்லை முத்தையா முயற்சி; இடைவிடாத முயற்சியால் எழுத்துத்துறையில் தனியிடம் பெற்றார். இவர் எங்கிருந்து முயற்சியையும் ஊக்கத்தையும் பெற்றார். வள்ளுவரே அவற்றை இவருக்கு வழங்கியிருக்கிறார். திருக்குறளின் பெருமையைக் கூறும் டாக்டர் அ. சிதம்பரநாதன் செட்டியாரின், ‘வள்ளுவரின் பொன்னுரைகள்’ என்னும் கட்டுரையில் இடம் பெற்றுள்ள செய்தி இந்த உண்மையை நமக்கு உணர்த்துகிறது.

“ஒவ்வொருவரது முயற்சியும் நினைப்பும் செயலும், எல்லாம் ஒன்று சேர்ந்து வெற்றி அறியப்படுமேயன்றிச் செயலொன்றினால் அன்று என்பதை முதற்கண் மனத்தில் வைத்தல் வேண்டும். எதை வென்றார் என்னும் வினா எழுமுன் “எத்துணை இடுக்கணைப் பொடியாக்கி வென்றார்?” என்றும் “எத்தனை முயற்சியால் வென்றார்?” என்றும் கேட்டல் பெரியோர் இயல்பு.

“முயல்க நன்றாக முயல்க. சிறந்ததில் முயல்க; மிகச் சிறந்ததில் மிகமிகச் சிறந்ததில் முயல்க. வெற்றியென்பது ஒரு பொருளன்று; முயற்சியே எப்பொருளும்” என்று ராபர்ட் பிரௌனிங் என்ற பெரியார் உரைத்திருக்கிறார்.

“உயிர் மொழியை வள்ளுவர் தம் திருக்குறள் மொழியோடு ஒப்பிட்டு நோக்கி, திருக்குறள் மொழியைப் பொன்னெழுத்துக்களால் வெள்ளித்தட்டில் பொறித்து வைத்தல் எவ்வளவு நல்லது” என்று அ. சிதம்பரநாதன் எழுதுகிறார். அவர் வெள்ளித்தட்டில் பொறிக்க வேண்டும் என்று கூறியதை முத்தையா தம் இதயத்தட்டில் பொறித்து வைத்துக் கொண்டதைப் போல வாசகர் இதயங்களிலும் பதிவுசெய்கிறார்.

திருக்குறள் எளிய உரை

முல்லை முத்தையாவின் எழுத்தாற்றல் முழுவீச்சில் பரிணமித்துள்ள நூல் திருக்குறளுக்கு அவர் எழுதிய எளிய உரை நூலாகும். அனுபவித்துப் படித்து அதனை உள்வாங்கி எளிமையான மிக மிக எளிமையாகக் கல்லாரும் கற்றவரும் குறளின் பொருளை அறியும் வண்ணம் எளிய இனிய உரை எழுதியுள்ளார். ஒரு சில சான்றுகளைக் காண்போம்.

கற்றதனால் ஆய பயனென்கொல் வாலறிவன்
நற்றாள் தொழாஅர் எனின்

என்னும் குறளுக்கு ‘கல்வி கற்றதன் பயன் கடவுளை வணங்குவது’ என இரத்தினச் சுருக்கமாக எழுதுகின்றார்.

ஆபயன் குன்றும் அறுதொழிலோர் நூல்மறப்பர்
காவலன் காவான் எனின்

திருக்குறள் உரையாசிரியருள் ஒப்பற்றவராகிய பரிமேலழகர் “காத்தற்கு உரிய அரசன் உயிர்களைக் காவான் அறன் இல்லாத அவன் நாட்டுப் பசுக்களும் பால் குன்றும், அந்தணரும் நூல்களை மறந்துவிடுவார் என்றவாறு. அறுதொழிலாவன: ஓதல், ஓதுவித்தல், வேட்டல், வேட்பித்தல், ஈதல், ஏற்றல் என இவை” என எழுதுகிறார்.

குன்றக்குடி அடிகளார், “உயிர்களைக் காத்தற்குரிய அரசு கடமை தவறிடின் அந்நாட்டில் பசு பால் கறக்காது. அந்தணர் மறைகளை ஓதுவதை மறப்பர்.

பேணுபவர்க்கே பயன் தருவன பசுக்கள். பேணிக் கேட்போருக்கோ அந்தணர் மறை ஓதுவர். கொடுங்கோல் அரசில் வாய்ப்பில்லை என்பது கருத்து.

இந்த இரு உரைகளோடு முல்லை முத்தையா எழுதி உள்ள உரையை ஒப்பிட்டுப் பார்க்க வேண்டும்.

“நாட்டை ஆளும் அரசன் முறைப்படி ஆட்சி செய்யாவிட்டால் பசுக்கள் பால் தரக்கூடிய பயன்களும், கல்வி போதித்தல், பொதுநல வேள்வி செய்தல், உழவு செய்தல், கொடுப்பது, வாங்குவது ஆகிய ஆறு வகையான தொழில்களும் அவற்றின் அறிவும் இல்லாமல் போகும்” என்பது முல்லை முத்தையா உரை.

பிற உரையாசிரியர்கள் குறிப்பிடாத ‘உழவுத்தொழிலை’ அறு தொழிலில் முத்தையா குறிப்பிடுவது சிறப்பு. கொடுங்கோல் நாட்டில் மழை பெய்யாது. மழை பெய்யவில்லை எனில் புல் முதலியன வளரா. உழவும் நடைபெறாது; வைக்கோலும் இல்லை; பயிர் விளையாது; பசுவைப் பேணுவார் இல்லை; அரிசி இல்லை; வேள்வி இல்லை; மறை ஓதுதல் இல்லை என்ற நுட்பத்தை முத்தையா மட்டுமே உழவுத்தொழில் வாயிலாக நம்மை உணர வைக்கிறார். கொடுக்கல் வாங்கல் நகரத்தார் தொழில். வேளாண்மைக்கு முதலீடு அது. நாணயம் நேர்மையின்றி எதுவும் நடைபெறாது. இதையும் முத்தையா எடுத்துக் காட்டுகிறார். தொழில்கள் மட்டுமல்ல, அவை பற்றிய அறிவும் இல்லாமல் போகும் என்பது முத்தையாவின் சிந்தனை வளத்திற்கும் அறிவு நுட்பத்திற்கும் எழுத்தாற்றலுக்கும் சான்று. எத்தனை தொழில்கள் செய்யப்படாமல் போய் தொழில்நுட்ப அறிவுகள் இன்று அழிந்துவிட்டன.

திருக்குறளில் ஒரு குறள் வினாவாகவும் பின்பு அதற்கு விடையிறுப்பது போலவும் அமைப்பு உண்டு. உரை எழுதுவோர் அத்தகைய நுட்பத்தை உணர்ந்து எழுத வேண்டும்.

ஊழிற் பெருவலி யாவுள (குறள் 380)

ஊழையும் உப்பக்கம் காண்பர் (குறள் 620)

இந்த வினா விடையை உணர்ந்து மிகச் சிறப்பாக உரை எழுதியுள்ளார் முத்தையா.

ஊழின் பெருவலி யாவுள மற்றொன்று
சூழினும் தான்முந் துறும்
ஊழையும் உப்பக்கம் காண்பர் உலைவின்றித்
தாழாது உஞற்று பவர்

இவ்விரு குறளுக்கும் குன்றக்குடி அடிகளார் எழுதியுள்ள உரையை முதற்கண் காணலாம்.

ஊழைப்போல மிகுந்த வலிமை உள்ளவை வேறு எவை உள்ளன? அந்த ஊழியரை விலக்குவதற்கு வேறு ஒரு வழியை ஆய்ந்து எண்ணினும் ஆங்கு அவ்வழியிலும் முற்பட்டு வந்து நிற்கும்.

'முந்துறும்' என்றதனால் ஊழிற்கு வெற்றி கிடைக்கும் என்பது உறுதிப்படுத்தப் பெறவில்லை. (380)

இடர்களைக் கண்டு இளைத்துப் போகாமல் தொடர்ந்து தாழ்விலா முயற்சியை மேற்கொள்வோர் ஊழின் தாக்குதலையும் புறம்கண்டு பயன் காப்பர்.

முயற்சியின் அமைவு இன்னதென உணர்த்துவதற்காக 'உலைவின்றி' 'தாழாது' என்ற சொற்களை அமைத்துக் கூறினார். (620).

இவ்விரு குறட்பாக்களுக்கும் அடிகளார் எழுதும் முன்பே எளிய உரை எழுதிய முத்தையா, அடிகளார் கூறிய நுட்பத்தை முன்னுணர்ந்து எழுதியுள்ளார்.

ஊழ்வினையை விட மிக வலியது வேறு என்ன இருக்கிறது? ஊழ்வினையிலிருந்து தப்பிப் போக வேறு வழியைத் தேடினாலும் அங்கேயும் அதுவே முந்திக் கொண்டு வந்து நிற்கும்.

[திருவள்ளுவர் 'ஊழ்' என்று குறிப்பிடுகிறார். அதை நல்ல செயல், தீய செயல், நல்வினை, தீவினை, விதி, நியதி என்று அர்த்தம் கொள்ளலாம்.] முல்லை முத்தையா குறிப்பு. (குறள். 380)

சோர்வடையாமல் முயற்சியில் தளராமல் காரியத்தைச் செய்கின்றவன் விதியையும் வென்று விடுவான். (குறள் 620)

'ஊழிற்கு வெற்றி கிடைக்கும் என்று உறுதிபடுத்தப் பெறவில்லை' என்னும் அடிகளாரின் கருத்தை 'விதியையும் வென்று விடுவான்' என்று முல்லை முத்தையா அழுத்தமாகக் கூறுகிறார். 'விதியை வென்று விடுவார்' என்பது அவரது அனுபவம். அவரே அதற்குச் சான்றாக வாழ்ந்தவர், அவரது வாழ்வில் எத்தனையோ சோதனைகள், அத்தனையையும் தாண்டிப் படிப்பதும் எழுதுவதுமே வாழ்க்கை என வாழ்ந்த திருக்குறள் காட்டும் குறிக்கோள் எழுத்தாளர், குறிக்கோள் மனிதர் முல்லை முத்தையா.

திருக்குறள் உவமைகள்

முல்லை முத்தையாவின் மிகச்சிறந்த படைப்புக்களுள் ஒன்று 'திருக்குறள் உவமைகள்' என்னும் நூல். அவரது இலக்கண அறிவு, இலக்கிய ரசனை, வாழ்க்கையோடு இலக்கியத்தை இணைத்துப் பார்த்து எழுதும் எழுத்தாற்றலுக்குச் சான்றாக இந்த நூல் விளங்குகிறது.

திருக்குறளில் நேர் உவமைகள் அமைந்துள்ள 111 குறட்பாக்கள், மறுபொருள் உவமைகள் (எடுத்துக்காட்டு உவமை) அமைந்த 45 குறட்பாக்கள் ஆகிய 156 குறட்பாக்களை விளக்கும் வகையில் இந்த நூல் அமைந்துள்ளது.

நூலின் தொடக்கத்தில் அமைந்துள்ள 'உவமையின் கதை' என்ற பகுதி எழுத்தாளரின் ஆழ்ந்த இலக்கண அறிவைப் புலப்படுத்துவதோடு வாசகருக்கு உவமை என்றால் என்ன என்பதை எப்படி விளக்க வேண்டும் என்ற எழுத்தாளரின் இனிய எளிய எழுத்து நடை ஆற்றலையும் விளக்குவதாக அமைகிறது.

ஒரு பெண்ணுக்கு அலங்காரம் எவ்வளவு சிறப்புடையதோ அவ்வளவு செய்யுளுக்கு உவமை சிறப்பாக அமைகிறது.

➤ பெண்ணின் இயல்பான அழகை மேலும் கூட்டிச் சுட்டிக் காட்டுகிறது அலங்காரம்.

➤ அதுபோலவே செயல்களின் சிறப்பை மேலும் உயர்த்திக் காட்டுகிறது உவமை.

➤ பெண்ணின் உடை, அணிகலன், முகப்பூச்சு முதலியவற்றை அணி என்று கூறுவார்கள்.

➤ அதுபோல உவமையையும் அணி என்று இலக்கண ஆசிரியர்கள் சொல்லுவார்கள்.

➤ உவமை அழகையும் அதன் வகைகளையும் பயனையும் நினைத்து நினைத்து மகிழும்படி தெளிவுபடுத்துகிறார் தொல்காப்பியர்.

➤ ஒரு பொருள் இன்னொரு பொருளோடு குணத்தாலும் தொழிலாலும் பயனாலும் ஒத்து இருப்பதை வர்ணிப்பதே உவமையாகும்.

➤ காண்கின்ற பொருளை இயல்பாகவே ஒப்பிட்டுப் பார்க்கும்

இயல்பு மனிதரிடம் இயற்கையாகவே அமைந்துள்ளது.

➢ ஆகவே மனிதன் எண்ணத் தொடங்கியதுமே மொழியும் தோன்றிவிட்டது.

➢ மொழி தோன்றிய பொழுதே உவமையும் தோன்றியிருக்கும்.

➢ பெரும்பாலும் ஒவ்வொரு பொருளையும் ஒப்பிட்டுப் பார்க்கும் இயல்பு குழந்தைகளிடமும் இருப்பது கண்டு ஆதிகாலத்து மனிதர்களும் கவிஞர்களும் குழந்தை இயல்பு உடையவராக இருந்ததால்தான் உவமையைக் கையாண்டனர் போலும்.

என உவமையைப் பற்றித் தெளிவாக எழுதுகிறார் முத்தையா. இத்தகைய தெளிவான சிந்தனை, எளிய நீரோட்டம் போல் அமைந்துள்ளது.

உவமைகள் அமைந்துள்ள ஒவ்வொரு திருக்குறளுக்கும் பொருத்தமான தலைப்பிட்டு அதை விளக்கி எழுதுவது முத்தையா வின் தனித்தன்மை. அவரது எழுத்தில் சில பகுதிகளைக் காணலாம்.

உலகுக்கு உணவு அளிப்பவர்கள்

தேரைப்பார்த்து மகிழ்பவர்கள், அந்தத் தேருக்கு ஆதாரமானது அச்சாணிதான் என்பதை அறிய மாட்டார்கள்.

மக்கள் சமுதாயத்தை வாழ வைப்பவர்கள் உழவர்களே. அவர்களுடைய உழைப்பு இல்லாவிட்டால் உலக மக்களுக்கு உணவு தானியங்கள் கிடைக்கா. வாழ வழியில்லை. மற்ற எல்லாத் தொழிலையும் செய்பவர்களுக்கும் கூட உழவுத் தொழிலே உணவு அளித்துக் காப்பாற்றுகிறது.

விஞ்ஞானியோ அறிஞரோ அரசியல்வாதியோ உலகுக்கு உணவு கிடைக்க வழி செய்யவில்லை.

உழுது பயிரிட்டு விளைச்சலை உண்டாக்கக்கூடிய உழவர்கள்தான் உலக மக்களின் வாழ்க்கையை நடத்திச் செல்கின்றனர். உழவர்களே உலகிற்கு அச்சாணி போன்றவர்.

உழுவார் உலகத்தார்க்கு ஆணி அஃது ஆற்றாது
எழுவாரையும் எல்லாம் பொறுத்து   (1032)

தேரும் அச்சாணியும்

உருவத்தில் மிகச் சிறியது அச்சாணி. ஆனால் உறுதி வாய்ந்தது. உருண்டு ஓடக்கூடிய பெரிய தேருக்கு அச்சாணி மிகவும் ஆதாரமானது. அது இல்லையானால் தேர் ஓடாது.

காண்பவர்கள் தேரைக் கண்டு மகிழ்வார்கள். ஆனால் அந்த அச்சாணியின் முக்கியத்துவத்தை அறியமாட்டார்கள்.

அதுபோல், ஒருவர் உருவத்தில் சிறியவராய் இருக்கிறார் என்று எண்ணி அவரை இகழக்கூடாது.

அவருடைய அறிவையும் திறமையையும் புத்திக் கூர்மையும் மதித்துப் போற்ற வேண்டும். அச்சாணியைக் கடையாணி என்றும் கூறுவார்கள்.

உருவு கண்டு எள்ளாமை வேண்டும் உருள்பெரும்தேர்க்கு
அச்சாணி அன்னார் உடைத்து (667)

ஆமையும் ஐந்து புலன்களும்

தனக்குத் தீங்கு நேரிடப் போவதை அறிந்த ஆமை உடனே நான்கு கால்களையும் தலையையும் ஆக ஐந்து உறுப்புக்களையும் ஓட்டு உடலுக்குள் அடக்கிக் கொள்கிறது. அது போல மெய், வாய், கண், மூக்கு, செவி ஆகிய புலன்களால் ஏற்படக்கூடிய ஆசைகளைக் கட்டுப்படுத்தி நல்வழிப்படுத்தும் தன்னடக்கமும், தன்னுணர்வும் உடையவருக்கு ஏழேழு தலைமுறைக்கும் பெருமை உண்டாகும். அடக்கம் இல்லாவிட்டால் அடங்காமை உண்டாகும்.

ஆசை நிறைவேறாத போது கோபம் வரும். ஆசையை வெல்பவனுக்குக் கோபம் வராது. ஆசை இல்லாதவன் அடக்கத்துடன் வாழ்வான். அதனால் அவன் பெருமை அடைவான். அதோடு அவனுடைய ஏழு தலைமுறைகளும் பெருமையால் மகிழும்.

ஒருமையுள் ஆமைபோல் ஐந்தடக்கல் ஆற்றின்
எழுமையும் ஏமாப்பு உடைத்து.

நிழலும் தீமையும்

ஒருவனுடைய நிழலானது காலை வேளையில் மிகப் பெரியதாக நீண்டு காணப்படுகிறது. நேரம் ஆக உச்சிப் பொழுதில் அந்த நிழல் சுருங்கி முடிவில் அவனுடைய காலின் கீழேயே ஒடுங்கி விடுகிறது.

அதுபோல. ஒருவன் தீமை செய்யும் போது யாருக்கோ செய்வதாகத்தான் நினைக்கிறான். ஆனால் நாள் ஆக ஆக அந்தத் தீமையானது தனக்கே பகையாகி அவனையே கெடுத்து அழித்து விடுவது நிச்சயம். எனினும் தீமை செய்யும்பொழுது அவன் உணர்வதில்லை.

'ஒருவன் செய்த தீய செயல் நிழல் போல அவனைத் தொடரும்' என்று மக்கள் கூறுவார்கள்.

தீயவை செய்தார் கெடுதல்நிழல், தன்னை
வீயாது அடி உறைந்தற்று   (208)

தங்கமும் தவமும்

அழுக்கு மாசு முதலியவற்றால் ஒளி மங்கிய தங்கத்தை நெருப்பில் விட்டுக் காய்ச்ச அழுக்கு நீக்கி மெழுகு ஏறும். ஒளிவீசும், காண்பவருக்குக் களிப்பூட்டும். அது போல, எத்தனை துன்பங்கள் எத்தனை இடையூறுகள் அடுத்தடுத்து வந்த போதிலும் அவற்றைப் பொருட்படுத்தாமல் தவத்தை மேற்கொள்பவருக்கு தவ வலிமை அதிகரித்து ஞான ஒளி உண்டாகும். பெருமை ஏற்படும்.

துன்பத்திற்கு அஞ்சாதவரே தவம் செய்யும் ஆற்றல் உடையவர்.

தவம் என்பது தமக்கு வரும் துன்பங்களைப் பொறுத்துக் கொண்டு எவருக்கும் எந்த உயிருக்கும் துன்பம் நேரிடாமல் ஐந்து ஆசைகளை அடக்கி உறுதியுடன் நடப்பதே ஆகும். அது மேலான வாழ்வு நெறி என்பார்கள்.

சுடச்சுடும் பொன்போல ஒளிவிடும் துன்பம்
சுடச்சுட நோற்கிற் பவருக்கு   (267)

பிறபொருள் உவமைகள் என அவர் கூறும் செய்திகளுக்கு இரண்டு சான்றுகள் காணலாம்.

ஏற்றத்தாழ்வு ஏன்?

அந்தக் காலத்தில் அரசர்களையும் மடாதிபதிகளின் பல்லக்கில் அமரச் செய்து ஆட்கள் சுமந்து செல்வது வழக்கமாக இருந்தது.

"இப்படிச் செய்வது (பல்லக்கில் இருப்பதும் சுமப்பதும்) நல்வினை தீவினையால் என்று நினைக்க வேண்டாம். அத்தகைய ஏற்றத்தாழ்வு தொழில் தகுதியைக் காட்டுகிறது."

குறிப்பு: கல் உடைத்தல், மரம் வெட்டுதல், கிணறு தோண்டுதல், பாதாளச் சாக்கடையில் இறங்கிச் சுத்தம் செய்தல் முதலான கடின வேலைகள் யாவும் அவரவர் தொழில் வலிமையைக் காட்டுகின்றன. மேலும் சுயநலம் குறைந்து பொது நலம் கருதிச் செய்கின்ற தொண்டு என்பதை நினைவில் கொள்ளவேண்டும்.

'விதியின் பயன்' என்று சொல்லிக்கொண்டிருப்பது பொருத்தமற்றது. அது அறியாமை.

அறத்து ஆறு இதுவென வேண்டா சிவிகை
பொறுத்தானோடு ஊர்ந்தான் இடை (37)

இந்நூல் ஆசிரியரால் அக்டோபர் 1990இல் எழுதப்பெற்றது. அதில் இதே குறளுக்கு ஆசிரியர் எழுதிய கருத்துரையைக் காணலாம்.

பல்லக்கைத் தூக்குபவனுக்கும் அதில் இருப்பவனுக்கும் இடையே தருமத்தின் பயன் இதுவே என்று தெரிந்து கொள்ளலாம். நன்மையான செயலைச் செய்தவன் பல்லக்கில் இருக்கிறான். நன்மை செய்யாதவன் அதைத் தூக்குகிறான் என முத்தையா எழுதுகிறார். முப்பது ஆண்டுகளுக்குப் பிறகு அதே குறளுக்கு விளக்கம் எழுதும் போது அவரது சிந்தனை வளர்ச்சியை, எழுத்தாளன் என்ற வகையில் விரிந்த சமூக சிந்தனைப் பார்வையைக் காணலாம். முன்பு விதியின் பயன் என்று எழுதியவர் இன்று 'இது விதியின் பயன் என்று சொல்லிக் கொண்டிருப்பது பொருத்தமற்றது, அறியாமை' என்று எழுதுகிறார் இதுவே எழுத்தாளனின் வளர்ச்சி. முத்தையா என்னும் எழுத்தாளர் சிந்தனையில் முதிர்ந்து அகிலத்திற்கு என்று மூத்த வழிகாட்டியாய் விளங்குவதை இப்பகுதி உணர்த்துகிறது.

தேவரும் கயவரும்

தேவர்கள் ஆற்றலும் அருளும் நிறைந்தவர்கள். எப்படிப்பட்ட காரியத்தையும் சாதிக்கக் கூடிய வல்லமை உடையவர்கள். சுதந்திரமானவர்கள். எவரையும் லட்சியம் செய்ய மாட்டார்கள். நினைத்ததை அவர்களால் செய்ய முடியும். மக்களின் நன்மையைக் கருதி நல்லதைச் செய்யும் எண்ணம் கொண்டவர்கள். ஆகையால், கயவர்களும் தாங்கள் விரும்பியதைச் செய்யக்கூடியவர்கள். ஆனால் அவர்களின் விருப்பத்தின் விளைவு என்ன ஆகும் என்று சிந்திப்பதற்கான அறிவு அவர்களிடம் இல்லை.

அதனால் மிருகத்தைப் போலக் கட்டுப்பாடு இல்லாத நெறிமுறையற்ற வாழ்க்கையைக் கொண்டிருப்பவர்கள். இன்பம் ஒன்றையே பெரிதாகக் கருதக் கூடியவர்கள். பொறுப்பும் கவலையும் இல்லாதவர்கள். பொது வாழ்க்கைக்கு இடையூறு செய்பவர்கள். தேவரிலும் மேம்பட்டவர் என்று புகழ்வது போல் பழித்தும் கூறிய வஞ் சப்புகழ்ச்சி அணியின் சிறப்பு இதில் உள்ளது.

தேவர் அனையர் கயவர் அவரும்தாம்
மேவன செய்து ஒழுகலான் (1073)

குறள் மூலத்தைப் படித்துப் புரிந்து கொள்ள இயலாத கல்விப் பயிற்சி உடையாரும் குறள்வழி வாழ்க்கை நடத்தும் வகையில் முல்லை முத்தையா தம் எழுத்து வன்மையால் திருக்குறளுக்கும் தமிழ்ச் சமூகத்திற்கும் பெருந் தொண்டு செய்துள்ளார்.

திருக்குறள் முத்துக்கள்

திருக்குறளில் அரிய கருத்துக்கள் அமைந்த சிறு சிறு தொடர்களை, முத்து முத்தாக எடுத்து முத்துக்களைச் கோர்த்து மாலை புனைவது போல் இந்த நூலை முத்தையா உருவாக்கியிருக்கிறார்.

இந்நூலுக்கு அரிய முன்னுரை எழுதியுள்ள டாக்டர் பொற்கோ கூறும் கருத்துக்கள் நோக்கத்தக்கன.

“திருக்குறளைப் பரப்புவதற்குத் திருவாளர் முல்லை முத்தையா அவர்கள் புதிய புதிய உத்திகளைக் கையாண்டு முன்பே சில நூல்களைப் படைத்திருக்கிறார். திருக்குறளைப் பரப்புவதற்கு இவர் கையாளுகின்ற உத்தி எல்லோரையும் கவர்ந்து தப்பாமல் பயன் விளைவிப்பதாக அமைந்திருக்கிறது. திருவாளர் முல்லை முத்தையா அவர்கள் தமிழகத்தின் போற்றுதலுக்கும் பாராட்டுதலுக்கும் உரியவர்.

திருக்குறளைப் பரப்பும் நோக்கம் ஒருபுறமிருக்க இந்த நூலை முழுமையாகப் படிக்க வேண்டும் என்ற ஆர்வத்தைத் தூண்டும் வகையிலும் இந்தநூல் அமைந்துள்ளது.

இவர் அளித்திருக்கும் முத்துக்கள் ஒவ்வொன்றும் தன்னளவில் முழு நிறைவுடைய பொருளைத் தரவல்லதாக விளங்குகிறது. ஒவ்வொரு முத்துக்கும் இக்கால மொழிநடையில் எல்லோருக்கும் விளங்கும் வகையில் இவர் உரையையும் வகுத்துக் கொடுத்திருக்கிறார்.

இந்நூல் எழுத வேண்டும் என்று எவ்வாறு தோன்றியது. முல்லை முத்தையா கூறுகிறார்:

“66 ஆண்டுகளுக்கு முன் (1925) ஏட்டுப் பள்ளிக் கூடத்தில் படிக்கும்போது ‘கற்க கசடு அற’ ‘எண்ணித் துணிக கருமம்’ முதலான முச்சீர் திருக்குறள் மணிகளை அச்சிடப் பெற்ற அட்டைகளைச் சுவரில் தொங்க விட்டிருந்ததை இப்போதும் நினைத்து பார்க்கிறேன். இளம் பருவத்தில் மனத்தில் இருத்திக் கொள்வதற்கு அத்தகைய குறள் முத்துக்கள் மிகவும் பயன் தந்தது” என எழுதும் முத்தையா தான் பெற்ற பயனை உலகம் அடைய வேண்டும் என்றே இந்நூலை எழுதியுள்ளார்.

- அறம் எனப்பட்டதே இல்வாழ்க்கை தருமம் என்று உயர்வாகக் கூறப்பட்டது குடும்ப வாழ்க்கையே.
- அரிய என்று ஆகாத இல்லை. முடியாத காரியங்கள் ஒன்றும் இல்லை. (மறவாமல் கடமையைக் கவனித்துச் செய்பவனுக்கு)

குறள் முத்துக்களுக்கு முத்தையா எழுதியுள்ள உரை அவரது எளிய இனிய உரைநடை எழுதும் ஆற்றலை விளக்குகிறது.

முல்லை முத்தையாவின் திருக்குறள் எழுத்துப் பணிகளைப் பாராட்டித் தமிழக அரசு 1985இல் முல்லை முத்தையாவுக்கு ‘திருக்குறள் நெறித் தோன்றல்’ என்ற விருது வழங்கிச் சிறப்பித்தது.

வள்ளுவர் வழி வாசகர் வட்டம் 1993இல் திருவள்ளுவர் சீர் பரவுவார் என்ற விருது வழங்கியது.

1994 இல் உலகத் திருக்குறள் உயராய்வுமையம், ‘குறள் ஆய்வுச் செம்மல்’ என்னும் திருக்குறள் விருதை முல்லை முத்தையாவுக்கு வழங்கிச் சிறப்பித்தது.

④
வாழ்க்கை வரலாற்று (தொகுப்பு) நூல்கள்

1988 இல் வெளிவந்த 'வளரும் தமிழ்' நூலில் சோமலெ குறிப்பிடுவதாவது:

" அரசியல் துறையிலும் இலக்கியத் துறையிலும் உயர்நிலை அடைந்துள்ள பெருமக்களைப் பற்றிக் கட்டுரைகள் தொகுத்து வெளியிடும் முயற்சி அண்மையில் தொடங்கப் பெற்றிருக்கிறது. இந்தத் துறையில் வெளிவந்த முதல் நூல், முல்லை முத்தையா தொகுத்த 'புரட்சிக் கவிஞர் பாரதிதாசன்' என்பது. இதைத் தொடர்ந்து பெரியார் இராமசாமி, அறிஞர் அண்ணாதுரை, தலைவர் ம.பொ.சி., தலைவர் காமராஜ் முதலிய நூல்கள் வெளிவந்துள்ளன."

"இவ்வாறு தொகுப்பு நூலுக்கு முன்னோடி முல்லை முத்தையா" என்று சோமலெ 'வளரும் தமிழ்' நூலில் குறிப்பிட்டுள்ளார்.

முல்லை முத்தையா வாழ்க்கை வரலாறுகளைப் படிப்பதில் ஆர்வம் கொண்டவர் என்பதை அவரது நூல்கள் நமக்கு உணர்த்துகின்றன. சான்றோர்கள், புலவர்கள், ஞானிகள், அறிவியல் அறிஞர்களின் வாழ்க்கை வரலாற்று நூல்களை ஊன்றிப் படித்து அவர்களைத் தம் வழிகாட்டியாகக் கொண்டார். அத்தகையோரின் வரலாற்று நிகழ்ச்சிகளை அவர் பல்வேறு வகையில் பதிவு செய்துள்ளார். வாழ்க்கை வரலாற்று நூல்களையும் எழுதியுள்ளார். அவற்றில் குறிப்பிடத்தக்க நூல்கள்,

- தமிழ் தாத்தா உவேசா
- நபிகள் நாயகம் அவர்களின் சரித்திர நிகழ்ச்சிகள்

- வேடிக்கை மனிதர் புதுமைப்பித்தன்
- உலகஜோதி புத்தர்
- தமிழர் தளபதி வ.உ.சி.
- தமிழ்ப் பெரியார் திரு.வி.க.
- தமிழகம் தந்த ம.பொ.சி.
- புரட்சிக்கவிஞர்
- பார்புகழும் பாவேந்தர்
- பாவேந்தருக்குப் புகழ் அஞ்சலி
- பாரதியார் பெருமை
- பாரதியார் விருந்து

உ.வே.சா. அவர்கள் வரலாறு வகையாக வெளிவந்துள்ளது. அவரது மாணவர் கி.வா.ஜ.வும் எழுதியுள்ளார். முத்தையா எழுதியுள்ள வாழ்க்கை வரலாறு தனிச் சிறப்புடையது, சுருக்கமானது, தெளிவானது. தமிழ்த்தாயின் மாண்பினை மனத்தில் பதியவைப்பது.

"பழந்தமிழ் இலக்கிய வெளியீட்டுக்குக் கால் கொண்டவர் ஆறுமுகநாவலர்; சுவர் எழுப்பியவர் தாமோதரம்பிள்ளை. கூரை வேய்ந்து நிலையம் கோரியவர் சாமிநாத ஐயர்" எனத் திரு.வி.க. அவர்களின் கூற்றை நூலின் முன்னுரையில் முத்தையா பதிவு செய்கிறார். அதைத் தொடர்ந்து முத்தையா எழுதும்போது அவரது தமிழ்நடை கொஞ்சுகிறது. படிக்கும் பொழுது உ.வே.சா.வின் புகழும் முத்தையாவின் எழுத்தாற்றலும் விஞ்சுகிறது. "ஐயர் அவர்களின் ஈடு இணையற்ற தமிழ்த்தொண்டு தமிழ்த்தாயின் உவகை; தமிழர்களின் பாக்கியம்; தமிழின் பெருமை. ஓய்வின்றி உழைத்து உள்ளதை உள்ளபடியே தெள்ளிய முறையில் வெளியிட்ட பெருமையைப் போற்றாத மனம் உண்டா? புகழாத நா உண்டா?" என முத்தையா உணர்ச்சி பொங்கத் தமிழ்த் தாத்தா உ.வே.சா. பற்றி எழுதுகிறார்.

உ.வே.சா. அவர்களுக்கும் அவர்களுடைய ஆசிரியப் பெருமான் மகாவித்வான் அவர்களுக்கும் உள்ள தொடர்பை விளக்கும் வகை தனிச்சிறப்புடையது. "மகாவித்துவான் மீனாட்சிசுந்தரம் பிள்ளை அவர்கள் இணையற்ற தமிழ்க்கடல். அவரிடம் பாடம் கேட்பதே பெரிய பேறு என்று பலரும் கருதி வந்த காலம் அது. ஐயரும் அப்புலவரிடம் பாடம் கற்க வேண்டும் எனப் பெரிதும் விரும்பினார்.

அந்தத் தமிழ்க் கடலின் தொடர்பே, பிற்காலத்தில் சங்க இலக்கியக் கடலில் நீந்தித் திளைப்பவர்களுக்கு எல்லாம் கலங்கரை விளக்கமாக ஐயரை ஆக்கியது என்று கூறலாம் என முத்தையா எழுதுகிறார். கடலைச் சார்ந்து தானே கலங்கரை விளக்கம் இருக்கும். முத்தையா மிகச் சிறந்த எழுத்தாளர் என்பதற்கு இந்த ஒரு சான்று போதும்.

'உலக ஜோதி புத்தர்' நூல் அளவில் சிறியதாயினும் புத்தர் வரலாறு, புத்த சமயக் கொள்கைகள், புத்தருடைய பல பிறப்புக்கள் பற்றிய மக்கள் நம்பிக்கைகள், புத்த ஜாதகக் கதைகள் பற்றிய எல்லாச் செய்திகளும் இந்நூலில் இடம்பெற்றுள்ளன. எதையும் முழுமையாக அறிந்துகொள்ள வேண்டும், மற்றவர்களை அறியச் செய்யவேண்டும் என்னும் முத்தையாவின் கொள்கையை இந்நூல் தெளிவாக்குகிறது. அவர் பெரும்பகுதி எழுதியுள்ள இந்நூலில் புத்தர் குறித்த பிறரது கட்டுரைகளும் இடம்பெற்றுள்ளன.

புத்தரது கொள்கைகள் அடங்கிய 'திரிபிடகம்' என்னும் நூலை நாம் உணரும் படி அறிமுகம் செய்கிறார் முத்தையா. 'புத்த மதத்தைப் பற்றிய நூல்கள் அளவிட முடியாத அளவில் இருக்கின்றன என்றாலும் சிலோனில் இருக்கும் பாலி மொழி நூல்கள் தான் முழுமையாக இருக்கின்றன. அதைத்தான் 'திரிபிடகம்' என்று சொல்கிறார்கள். அதன் பொருள் 'மூன்றடுக்குக் கூடை' அது,

'வினய' (ஒழுக்க விதிகள்)

'சூத்ர' (உபதேச மொழிகள்)

'அபிதம்ம' (வேதாந்தம் மனோதத்துவம் பௌதிகம்)

ஆகியவற்றைக் கூறும் தொகுப்பே திரிபிடகம் என முத்தையா விவரிக்கிறார்.

'புத்த ஜாதகக் கதைகள்' என நாம் கேள்விப் பட்டிருப்போம். அதைப் பற்றிய தெளிவான விளக்கத்தை முத்தையா தனது நூலில் தருகின்றார்.

"புத்தருடைய முற்பிறப்புப் பற்றிய கட்டுக் கதைகளே அவைகள். ஒரு உயிர் பிரிந்தால் தன்னுடைய கர்மத்தின்படி மிருகமாகவோ மனிதனாகவோ பிறக்கும் சந்தர்ப்பம் உண்டு. அம்மாதிரியான நிலையில் மனிதன் மற்ற ஜீவன்களிடத்தில் அன்பு செலுத்தி

வாழ்ந்தால்தான் பிறவிப் பயன் பெற முடியும் என்ற நம்பிக்கையிலேயே அம்மாதிரிக் கதைகள் எழுதப்பட்டன. அக்கதைகளில் புத்தர் நிர்வாணமடைவதற்கு முன் பல பிறவிகள் எடுத்ததாகக் கூறப்படுகிறது. மீன், நண்டு, கோழி, எருது, புறா, வாத்து, குரங்கு, மான், யானை, குதிரை எனப் பல பிறப்புக்கள் எடுத்ததாகக் கூறப்பட்டுள்ளன. உயிர்ப் பிராணிகளிடம் அன்பாக நடந்து கொள்ள வேண்டியதன் அவசியத்தை எடுத்துக்காட்டுகின்றன" என முத்தையா ஜாதகக் கதைகளின் நோக்கத்தைத் தெளிவுபடுத்துகிறார்.

5

தமிழாக்க நாவல்கள்

தமிழ் மொழியின் இலக்கிய வளமை பெருகிட உழைத்தவர்களுள் ஒருவர் முல்லை முத்தையா. இவரின் பதிப்புப் பணி தமிழுக்கு ஒருபுறம் அணி செய்ய இவரின் தமிழாக்கப் பணிகள் மறுபுறம் தமிழை உலக நோக்கிற்கு இட்டுச் சென்றது என்றால் அது மிகையில்லை.

முல்லை முத்தையா நல்ல வாசகர். பல நூல்களைப் படித்துப் படித்து இன்புற்றவர். அவர் வாழ்நாள் முழுவதும் புகழ் பெற்ற இலக்கியங்களைப் படித்துக் கொண்டே இருந்துள்ளார். படித்தது மட்டும் இல்லாமல் அவற்றை தமிழ் வாசகர்களுக்குக் கொண்டு செல்ல வேண்டும் என்றும் விரும்பியுள்ளார். தாம் இன்புறுவது உலகு இன்புறக் கண்டு காமுறுவார் கற்றறிந்தார் என்பதற்கு ஏற்ப வாழ்ந்தவர் முல்லை முத்தையா.

தமிழ் மக்கள் படிக்க உலக இலக்கியங்களை வழங்கும்போது அவர் எளிய இனிய தமிழ் நடையைக் கையாண்டுள்ளார். உலக இலக்கியங்களை வரிக்கு வரி மொழிபெயர்ப்பாக மொழிபெயர்த்து பிரமாண்டத்தைப் பிரமாண்டமாகவே தந்துவிட அவர் மனம் ஒப்பவில்லை. தழுவலாகத் தந்துவிடலாம் என்றாலோ அவரின் மனம் மேல்நாட்டு கருத்துகள், நாகரீகங்கள் ஆகியவற்றில் தன் சொந்த விருப்பு வெறுப்பினை ஏற்றி உரைப்பது சரியல்ல என்றும் எண்ணவில்லை. உலக இலக்கியங்களை தமிழாக்கமாக, சுருங்கிய வடிவில் அவற்றின் கதை, வடிவ அமைப்புகள் மாறாமல் ஒரு நூறு பக்கங்களுக்குள் தமிழ் வாசகர்களுக்கு வழங்கியுள்ளார். படிப்பது ஒரு புறமும், எழுதுவது ஒரு புறமும், அதனைப் பதிப்பிப்பது ஒரு புறமும் என அவரின் உலக இலக்கியத் தமிழாக்கப் பணி தொடர்ந்து கொண்டே இருந்துள்ளது. தவம்போல இந்த எழுத்து வேள்வியைத் தனி ஒருவனாக முல்லை முத்தையா தன்னை உருக்கிச் செய்துள்ளார்.

முல்லை முத்தையா ஆயிரத்துத் தொள்ளாயிரத்து ஐம்பத்தாறாம் ஆண்டிலும், ஐம்பத்தேழாம் ஆண்டிலும் ஆன காலகட்டத்தில் பல உலக இலக்கியங்களை தமிழாக்கம் செய்துள்ளார். இவ்வாக்கங்களுக்கு வாசகர்களிடையே நல்ல வரவேற்பு இருந்துள்ளது. அன்னா கரினா, அம்மா, மேடம் பவாரி, மறுமலர்ச்சி, பெண் வாழ்க்கை, அதிசய மாளிகை, நான்கு நண்பர்கள், புதுவாழ்வு, ஐந்து சகோதரிகள், நாநா, இன்பமும் துன்பமும், வாடா மல்லிகை, குற்றமும் தண்டனையும், யாமா, போரும் காதலும், சீனத்து மங்கை போன்ற பல உலக இலக்கியங்கள் முல்லை முத்தையாவின் தமிழாக்கத்தால் தமிழ் வாசகர்களுக்குப் படிக்கக் கிடைத்தன.

உலகின் ஒரு மூலையில் ஒரு சிறு கிராமத்தில் பிறந்த ஒருவர், உலகின் சிறந்த இலக்கியங்கள் பற்றி அறிவதே கடினம். அதிலும் சிறந்த இலக்கியங்கள் இவை எனத் தேர்வது என்பது இன்னும் கடினமான பணி. அவ்வாறு தேர்ந்த உலக இலக்கியங்களைத் தேடி வாங்கிப் படிப்பது இன்னும் சவாலான பணி. அறுபது ஆண்டுகளுக்கு முன்னால் பல நூறு பக்கங்கள் கொண்ட உலக இலக்கியங்களைப் படித்துச் சுவை குன்றாமல், கதைப் போக்கு குன்றாமல் நூறு பக்கத்திற்குள் தருவது என்பது இன்னும் கடினமான, சவாலான, வரையறைக்கு உட்பட்ட பணி. இவற்றை ஒற்றை ஆளாக முல்லை முத்தையா தொடர்ச்சியாகச் செய்துள்ளார். இன்ப நிலையம், தேன்மழை பதிப்பகம், மலர் நிலையம் போன்ற பதிப்பகங்கள், முல்லை முத்தையாவின் இவ்வரிய பணிகள் வெளிவர துணை செய்தன.

முல்லை முத்தையா உலக இலக்கியங்களைத் தமிழ்மொழிக்குக் கொண்டுவரும்போது, தமிழாக்க நூல்கள் , தமிழாக்க நாவல்கள் என்று அவற்றை வகைமை செய்துள்ளார். அதாவது மொழி பெயர்ப்பு என்றோ, தழுவல் என்றோ அமைத்துக்கொள்ளாமல் தமிழுக்கு ஆக்கம் தரும் நிலையில் இவற்றை வெளியிட்டுள்ளார். உண்மையில் இப்பணி தமிழுக்கு ஆக்கம் தரும் பணிகளில் சிறந்த பணியாகும். "சென்றிடுவீர் எட்டுத்திக்கும் கலைச்செல்வங்கள் யாவும் கொணர்ந்து இங்குச் சேர்ப்பீர்" என்ற மகாகவி பாரதியாரின் எண்ணத்தை நிறைவேற்றும் பணி இதுவாகும். முல்லை முத்தையா தனித்தனியாகவும், புகழ் பெற்ற நாவல் வரிசை என்ற தொடராகவும் உலக இலக்கியங்களைத் தமிழாக்கம் செய்துள்ளார். புகழ் பெற்ற நாவல் வரிசை என்ற அடிப்படையில் ஒன்று முதல் பத்து ஆக்கங்கள் தமிழ்ப் படுத்தப்

பெற்றுள்ளன. இவை தவிர அவ்வப்போது தனித்தனி ஆக்கங்கள் தமிழுக்கு அணியாக அளிக்கப்பெற்றுள்ளன.

இவர் உலக இலக்கியங்களைத் தமிழாக்கம் செய்யும் நிலையில் சில அடிப்படைக் கொள்கைகளை வைத்துக் கொண்டுள்ளார். அவரே அவற்றைத் தன் ஆக்கங்களில் சுட்டிக் காட்டியுள்ளார்.

"இம்மாதிரி சிறந்த நவீனங்களைத் தமிழாக்குவதில் எனக்கு விருப்பம் அதிகம். ஒவ்வொரு நாட்டு மக்களுக்கும் வெவ்வேறான கலாச்சாரமும் சூழ்நிலையும் உண்டு. அந்தந்த நாட்டு ஆசிரியர்கள் தம்முடைய நாட்டின் கலாசாரத்தை அனுசரித்து எழுதுவது இயல்பு. அவற்றை அப்படியே தமிழாக்கம் செய்வதில் நான் எப்பொழுதுமே நம்பிக்கை உடையவன். மூல ஆசிரியருடைய கருத்துக்கு மாறாக நம்முடைய பண்பாட்டைப் புகுத்தித் தழுவ முற்பட்டால் இரண்டுமே கெட்டுவிடும் என்று கருதுபவன்"என்ற நிலையில் மூல ஆசிரியரின் கருத்துக்கு முக்கியத்துவம் அளித்துத் தமிழாக்கம் செய்யும் முறைமையை உடையவர் முல்லை முத்தையா என்பதை உணரமுடிகின்றது.

மேலும் அவர் "பிற நாட்டு கலாசார சூழ்நிலைகளை அப்படியே நம்முடைய வாசகர்களுக்கு எடுத்துக் காட்டினால் அவற்றோடு நம் நாட்டு பண்புகளை ஒப்பிட்டு நல்லவிதமாக உணர முடியும். அதை விட்டுவிட்டு மற்ற நாட்டு எழுத்தாளர்களின் கருத்தை நம்முடைய நாட்டு கதாபாத்திரங்களில் அமைப்பது வெள்ளைக்காரிக்கு சுங்குடி புடவை உடுத்தி நம் நாட்டுக்காரியாக்க முயல்வது போலத் தான் முடியும்" (இன்பமும், துன்பமும், முன்னுரை பக்கம் 2) என்ற நிலையில் மற்ற நாட்டு எழுத்தாளர்களின் கருத்துகளை நம் நாட்டுக்குக் கொண்டுவருகிறோம் என்ற எண்ணத்தில் பண்பாட்டுக் கலப்பினை ஏற்படுத்தி விடக் கூடாது என்பதிலும் அவர் கவனமாக இருந்துள்ளார்.

இவ்வாறு தனிக்க தனக்கான தமிழாக்கக் கொள்கைகளை அமைத்துக் கொண்டு தீர்க்கமாக அவர் தம் பணியைச் செய்து வந்துள்ளார். இவரின் தமிழாக்கச் சிறப்பு என்பது மூலக் கதையின் சுவை குன்றாமல் வெளிப்படுத்தும் எளிய நடை, அசல் இலக்கியத்தின் முக்கியமான உரையாடல்களை அப்படியே தருவது, கதையைக் கோர்வையாகச் சொல்லுதல் ஆகியவற்றில் அமைந்துள்ளது.

இவர் புகழ் பெற்ற ரஷ்ய நாட்டு இலக்கியங்களையும், பிரான்ஸ் நாட்டு இலக்கியங்களையும், அமெரிக்க நாட்டு இலக்கியங்களையும்,

இங்கிலாந்து நாட்டு இலக்கியங்களையும் தமிழாக்கம் செய்துள்ளார். இவரைப் பொறுத்தவரை உலக இலக்கியங்களை ஆங்கில் மொழியில் இருந்து பெற்றும் அதாவது கொண்டும், அவற்றைத் தமிழ் மொழியில் கொடுத்தும் இருவகைகளில் பயன்படுத்திக் கொண்டுள்ளார். அதாவது உலக இலக்கியங்களை ஆங்கில மொழியில் படித்துக் கொள்வது, பின்பு அவற்றை தமிழ் மொழிக்குக் கொடுப்பது என்ற நிலையில் உலக இலக்கிய மூல நூலாசிரியர்களுக்கும், தமிழ் வாசகர்களுக்கும் இடையே மொழி கடந்து, நாகரீகம் கடந்து, காலத்துக்கு அப்பாற்பட்டான ஒரு தொடர்பினை முல்லை முத்தையா ஏற்படுத்தித் தந்துள்ளார்.

ரஷ்யாவின் புகழ் பெற்ற எழுத்தாளர்களான டால்ஸ்டாய், மாக்சிம் கார்க்கி ஆகியோரின் படைப்புகள் இவரால் தமிழாக்கம் பெற்றுள்ளன. டால்ஸ்டாயின் "அன்னா கரினீனா, புத்துயிர்ப்பு, போரும் அமைதியும், குற்றமும் தண்டனையும்" ஆகிய படைப்புகள் முல்லை முத்தையாவால் தமிழாக்கம் பெற்றுள்ளன. மாக்ஸிம் கார்க்கியின் தாய் என்பதையும் இவர் 'அம்மா' எனத் தமிழாக்கம் செய்துள்ளார்.

பிரெஞ்சு எழுத்தாளர்களான மாப்பசான் எழுதிய "எ உமன்ஸ் லைப்" என்பதைப் பெண்ணின் வாழ்க்கை என்றும், அலெக்ஸாண்டர் டூமாஸ் எழுதிய "திரி மஸ்கட்டர்ஸ்" என்பதை நான்கு நண்பர்கள் என்றும், அலெக்ஸாண்டர் ஜூனியர் டூமாஸ் என்பவர் எழுதிய "கேமிலி" எனபதை வாடாமல்லிகை என்றும், எமிலி ஜோலா எழுதிய "நாநா" என்பதை அதே பெயரிலும் , எமிலி ஜோலாவின் மற்றொரு நாவலான "ஷேம" எனபதை இன்பமும் துன்பமும் என்ற பெயரிலும் இவர் தமிழாக்கம் செய்துள்ளார்.

இங்கிலாந்தின் எழுத்தாளரான ஜேன் ஆஸ்டின் எழுதிய "பிரைட் அண்ட் பிரஜுடிஸ்" என்பதை ஐந்து சகோதரிகள் என்றும், அமெரிக்க எழுத்தாளரான நத்தானியல் ஹாவ்த்தான் என்பவர் எழுதிய "தி ஹவுஸ் ஆப் தி கேபிள்ஸ்" என்பதை அதிசய மாளிகை என்றும் தமிழாக்கம் செய்துள்ளார்.

உலக முன்னணி நாடுகளான ரஷ்யா, அமெரிக்கா, இங்கிலாந்து, பிரான்ஸ் போன்றவற்றில் எழுந்த இலக்கியங்களைத் தேர்ந்து முல்லை முத்தையா மொழியாக்கம் செய்த காரணத்தினால் தமிழ் வாசகர்களுக்கு உலக இலக்கியம் பற்றிய அறிமுகமும், உலக இலக்கியத்துடனான தொடர்பும், உலகச் சிந்தனைகளும் தமிழ் மொழியிலேயே கிடைக்கப்பெற்றன.

இப்பணிகளுக்குத் துணை செய்தவராக நண்பர் வி.எஸ். வெங்கடேசன் என்பவரை இவர் நன்றியுடன் நினைவுகூர்ந்துள்ளார். இவ்வகையில் ஒரு தன்னலமற்ற, பொருள் கருதாத, முழு இலக்கிய நோக்கம் கொண்ட தமிழாக்கப் படைப்புகள் முல்லை முத்தையாவிடம் இருந்து வெளிப்பட்டுள்ளன. இதற்குத் தமிழ் உலகம் என்றும் நன்றிக்கடப்பாடு செலுத்தியாகவேண்டும். இந்நூல்களை மறுபதிப்பாக மீண்டும் மீண்டும் வெளியிட்டுக் கொண்டிருக்க வேண்டும்.

தமிழாக்க முறைமைகள்

முல்லை முத்தையா தமிழாக்கம் செய்யும் நூலினையும், ஆசிரியரையும் நூலின் முன் பகுதியிலோ அல்லது நிறைவட்டையிலோ அறிமுகம் செய்து வைப்பதை வழக்கமாகக் கொண்டுள்ளார். குறிப்பாக மூல இலக்கியத்தின் பெயரை ஆங்கில எழுத்துக்களில் முன்பக்கத்தில் தந்துவிடுவதால் வாசகர்கள் எந்த மூல நூலைப் படிக்கிறோம் என்ற தெளிவினைப் பெற்றுவிடுகிறார்கள். இவரின் தமிழாக்கம் ஒட்டு மொத்தமாக அமையாமல், மூல இலக்கியத்தைச் சிறு சிறு பகுதிகளாக ஆக்கி, அவற்றிற்குத் துணைத் தலைப்புகள் இட்டு ஒருபகுதி ஐந்து அல்லது ஆறு பக்கங்களுக்கு மிகாமல் தமிழாக்கப் பெற்றுள்ளன. உலக இலக்கியச் சிறு பகுதிகளுக்குத் தரப்பெற்ற துணைத்தலைப்புகள் பெரும்பான்மையானவை இவருடையனவாகும். பெரும்பாலும் இவர் தமிழாக்கம் செய்யும் இலக்கியத்தின் நிறைவில் அவ்விலக்கியம் வழி பெறத்தக்க பயன்கள் நேரடியாக அல்லது மறைமுகமாக எடுத்துரைக்கப் பெற்றுள்ளன.

'மேடம் பவாரி' நூலுக்கு மறுமலர்ச்சி எழுத்தாளர் தி. ஜ. ர. வழங்கிய பாராட்டுரை:

> என் உற்ற நண்பர்களில் ஒருவரான முல்லை முத்தையா, வெகு நாட்களாகவே ஓர் ஆசை வைத்திருந்தார். உலகத்துச் சிறந்த நாவல்களையெல்லாம் சுருக்கி வெளியிட்டுத் தமிழ்நாடெங்கும் பரப்பிவிட வேண்டும் என்பதே அந்த ஆசை. அப்படிச் சுருக்கித் தரும் வேலையை என் போன்றவரைச் செய்யக் கேட்டு வந்தார். எங்களைப் பற்றிக் கேட்க வேண்டுமா? நாங்கள் சோம்பேறிகள் என்று மற்றவர் நினைக்கிறார்கள். நான் அப்படிச் சொல்ல மாட்டேன். 'இருந்தால் இருப்பேன்; எழுந்தேனயாமாகில் பொருதாரை மேகம் பிள்ளாய்' என்பது எங்கள் இயல்புக்கு முற்றும் பொருந்தும். அதற்கு நியாயமான பல காரணங்கள்

உண்டு. அவற்றை நான் இங்கே விவரிக்கப் போவதில்லை. அது தேவையும் இல்லை.

ஆகவே, நாவல் சுருக்க வேலையை முத்தையா தாமே மேற்கொண்டார். மிகச் சிறப்பாகச் செய்திருக்கிறார். அவர் எப்போதுமே மறுமலர்ச்சி இலக்கியத்தின் சிறந்த ரசிகர். தெளிந்த எளிய நடை அவருக்கு உண்டு. கதையின் ஓட்டமும் சுவையும் கெடாமல் இந்த நாவல் சுருக்கத்தைச் செய்து முடித்திருக்கிறார்.

டால்ஸ்டாயின் இலக்கியங்கள்

புத்துயிர்ப்பு என்று அறியப்படும் லியோ டால்ஸ்டாயின் நாவலை இவர் புதுவாழ்வு என்ற பெயரில் தமிழாக்கம் செய்துள்ளார். இதன் முன் பகுதியில் RESURRECTION BY LEO TOLSTOI என்று இவர் குறிப்பிடுவதன் வாயிலாக வாசகர்கள் தான் எந்த இலக்கியத்தைப் படிக்கிறோம் என்பதைத் தெற்றென அறிந்து கொள்கிறார்கள்.

"ரஷ்யப் புரட்சிக்கு முன் வாழ்ந்து மறைந்த டால்ஸ்டாய் எந்த விஷயத்தையும் நன்றாக ஆராய்ந்து உறுதியான முடிவுக்கு வரும் குணம்படைத்தவர். அதனால்தான் அவர் பிரபு வம்சத்தில் பிறந்து ஏராளமான சொத்துக்கு அதிபதியாக இருந்தும் மதம் அரசாங்கம் சொத்துரிமை முதலிய கொள்கைகளை எதிர்த்து தீர்க்கதரிசனத்தோடு ஆராய்ந்து அம்முடிவுக்கு ஏற்பப் பல அரிய நூல்களை எழுதியுள்ளார் அவற்றில் ஒன்று இந்த புது வாழ்வு.

ரஷ்ய அரசாங்கத்தின் தணிக்கைக்கு உட்பட்ட இந்த நாவல் பிற்காலத்தில் பல்வேறு மொழிகளில் வெளியிடப்பட்டு உலக இலக்கியங்களில் ஒன்றாகத் திகழ்கிறது" என்பது புதுவாழ்வு என்ற உலக இலக்கியத்திற்கும், டால்ஸ்டாய் அவர்களுக்கும் இவர் தந்துள்ள அறிமுகம் ஆகும்.

புதுவாழ்வு (புத்துயிர்ப்பு) நாவலை இவர் தமிழாக்கம் செய்யும்போது பல துணைத் தலைப்புகளை இட்டுக்கொண்டுள்ளார். மூன்று கைதிகள், நிராதரவான பெண், நீதிமன்றத்தில் விசாரணை, குற்றச்சாட்டு, இளமை நினைவு, ஜுரிகளின் முடிவும் தீர்ப்பும், ஏமாற்று வித்தை, பச்சாதாபமும் பரிவும், பிராயச்சித்தம், சைபீரிய பயணம், நிலப்பங்கீடு, அப்பீல் முயற்சி, புது நட்பு, புதிய சூழ்நிலை, எதிர்பாராத உறவு, அவள் செய்த முடிவு, சீர்திருத்தமும் பிரார்த்தனையும், தண்டனை மாற்றம், புது வாழ்வு என்பன அவ்வகையில் தரப்பெற்ற

துணைத் தலைப்புகள் ஆகும். இத்துணைத் தலைப்புகளின் நிறைவாக நாவலின் தலைப்பு அமைந்திருப்பது குறிக்கத்தக்கது.

கதைக்கரு

நிகில்யுடேவ் என்பவன் தன் அத்தைகளின் வீட்டிற்கு வந்தபோது அங்கு பணிபுரிந்த வேலைக்காரப் பெண் காடுஷாவைச் சந்திக்கிறான். அவளின் அழகில் ஈடுபட்டு அவளை அடைய முற்பட்டு வெற்றி பெறுகிறான். அவன் ஊருக்குச் செல்லும் போது சிறிதளவு பணத்தை அவளிடம் அளித்துவிட்டுச் செல்கிறான். திருமணமாகாமல் பிள்ளை பெற்ற அவள் வெளியேற்றப்பட அவள் பல இன்னல்களுக்கு ஆளாகி, ஒரு கொலைக் குற்றவாளியாக ஆக்கப்படுகிறாள். இவளின் குற்றம் விசாரிக்கப்பட நீதி மன்றத்திற்கு வந்தபோது இவளை முதன் முதலில் ஏமாற்றியவனே(ரே), இவளின் வழக்கினை விசாரிக்கும் நீதிமன்றக் குழுவில் ஒருவராக அமைகிறார்.

அதாவது காடுஷாவை நாசம் செய்த நிகில்யுடேவ்வே நீதிபதியாக அமைகிறான். இருந்தாலும் இவளின் மேல் உள்ள குற்றம் நிரூபிக்கப்படுகிறது. இவளைக் காப்பாற்றித் திருமணம் செய்து கொள்வதே தான் செய்த பாவத்திற்கான மன்னிப்பு என்பதாகக் கருதி நிகில்யுடேவ் அவளை மீட்கப் பல வழிகளில் முயல்கிறார். இருப்பினும் இவள் நாடுகடத்தப்படுகிறாள். சைபீரியாவில் இவள் தண்டனைக் கைதியாகிறாள். அவளுடன் அடிக்கடி சந்தித்து அவளைத் தேற்றி வருகிறார் நிகில்யுடேவ். இருப்பினும் நிகில்யுடேவ் துன்பப்படுவதைக் கண்டு ரசிக்கிறாள் காடுஷா. அவருக்குக் கடைசி வரை மன்னிப்பினைத் தந்துவிடக் கூடாது என்பதில் கவனமாக இருந்து மற்றொருவனை மணப்பதாக அவள் தன் முடிவினை அறிவிக்கிறாள். மன்னிப்பு கிடைக்காத நிகில்யுடேவ் இறைவனைச் சரண் புகுகிறான். கைதிகளின் வாழ்வு மேம்பட தன்னை அர்ப்பணிக்கிறான். இதுவே புத்துயிர்ப்பின் கதைப் போக்கு ஆகும்.

இவ்வாறு புதுவாழ்வு மலரும் போக்கில் இந்நாவல் மொழியாக்கம் செய்யப்பெற்றுள்ளது. ஹிந்துஸ்தான் ரா.நா. இந்நூலுக்கு பாராட்டுரை வழங்கியுள்ளார்.

அன்னா கரினீனா

அன்னா கரினீனா டால்ஸ்டாயின் புகழ் பெற்ற நாவல்களில் ஒன்று. இது ஆயிரத்து எண்ணூற்று எழுபத்தேழாம் ஆண்டு

வெளிவந்துள்ளது. இந்நாவலை "நெறி தவறிய ஒருத்தியின் சோக சித்திரம். அவள் மீது வெறுப்பு கொள்வதற்குப் பதிலாக அனுதாபம் கொள்ளும்படி செய்து இருக்கிறார் ஆசிரியர் டால்ஸ்டாய் தம்முடைய திறமையான எழுத்து வன்மையால்" என்று அறிமுகம் செய்கிறார் முல்லை முத்தையா. பெரும்பாலும் அன்னா கரினீனா என்று பல மொழிபெயர்ப்பாளர்களால் மொழி பெயர்க்கப்பெற்றுள்ள இந்நாவல், முல்லை முத்தையாவால் அன்னா கரினீனா என்று தமிழாக்கம் செய்யப்பெற்றுள்ளது.

அன்னா கரினீனாவின் கதைக் கருவினையும் முன்னுரையில் கோடிட்டுக் காட்டியுள்ளார் முல்லை முத்தையா. "கலியாணமான மங்கை ஒருத்தி நெறி தவறியவளாய் தன் புருஷனல்லாத பிற புருஷனிடம் காதல் கொண்டுவிடுகிறாள். சமூகம் என்ற வலையில் அகப்பட்ட ஒருத்தியையும், அந்த வலையினின்றும் விடுவிக்க மிகவும் தீவிரமான முயற்சிகளைச் செய்யும் ஒருவனையும், அந்தஸ்துக்கும், கௌரவத்துக்கும் மத்தியிலிருந்து ஊசலாடும் ஒரு கனவானையும் கொண்டு இந்த அன்னா கரினீனாவைச் சித்திரித்துள்ளார் டால்ஸ்டாய்" (அன்னா கரினீனா, முன்னுரை)

ஸ்டீபன் அர்க்காடிவிச் ஆப்ளான்ஸ்கியும், டாலி ஆகிய இருவரும் கணவன் மனைவியர். இவர்களின் குடும்ப வாழ்க்கையில் ஒரு சிக்கல் ஏற்படுகிறது. ஸ்டீவா என்று சுருக்கமாக அழைக்கப்படும் இந்தக் குடும்பத் தலைவன் தன் மனைவி அல்லாது பிற பெண்ணுடன் தொடர்புடையவனாக இருந்தான். இது டாலிக்குத் தெரியவர அவள் தன் தாய் வீட்டிற்குச் சென்றுவிடுகிறாள்.

ஸ்டீவாவுக்கு, அன்னா கரினீனா என்றொரு சகோதரி உண்டு. ஸ்டிவாவின் மனைவி டாலிக்கு இரு சகோதரிகளும், ஒரு சகோதரனும் இருந்தனர். நாட்யாலா, கிட்டி என்பன அவர்களின் பெயர்கள். கிட்டியைத் திருமணம் செய்து கொள்ள ஸ்டீவாவின் நண்பர்கள் இருவர் விரும்பினர். ஒருவன் கிட்டியின் குடும்பத்துடன் நெருங்கிப் பழகும் லெவின். இவன் சாதாரண குடும்பத்தைச் சார்ந்தவன். மற்றொருவன் விரான்ஸ்கி. இவன் இராணுவத்தில் பணிபுரிபவன். இவனைத் திருமணம் செய்து கொண்டால் சீமாட்டியாக வாழலாம் என்று எண்ணிய கிட்டி இவனையே மணக்க எண்ணம் கொண்டாள்.

இந்நிலையில் விரான்ஸ்கியின் தாயாரும், ஸ்டீவாவின் சகோதரி கரினீனாவும் ஒரே தொடர் வண்டியில் வரும் சூழல் ஏற்படுகிறது, இவர்களை வரவேற்க முறையே விரான்ஸ்கி, ஸ்டீவா ஆகியோர் தொடர் வண்டி நிலையம் வர அங்கு அனைவரும் சந்தித்துக் கொள்கின்றனர். விரான்ஸ்கி இங்குதான் முதன் முதலாக அன்னா கரினீனாவுக்கு அறிமுகம் ஆகிறான்.

தொடர்வண்டி நிலையில் ஏற்பட்ட விபத்து ஒன்றில் தொடர்வண்டியின் நிறைவுப் பெட்டிக் காவலர் சிக்கி இறந்துபோகிறார். இது அன்னா கரினீனா மனதில் பெரும் சோகத்தை ஏற்படுத்தியது. மேலும் கெட்ட சகுனமாகவும் அவளுக்குத் தெரிந்தது. விரான்ஸ்கி தொடர் வண்டிக் காவலர் குடும்பத்திற்கு உதவி செய்யும் நிலையில் இருநூறு ரஷ்ய ரூபிள்களை அளிக்கிறான்.

வீட்டிற்கு வந்த அன்னா கரினீனா ஸ்டீவா, டாலி ஆகியோரை இணைத்து வைக்கிறாள். அவர்களின் குழந்தைகளுடன் தன் பொழுதை இன்பமுடன் கழிக்கிறாள். இதனிடையில் கிட்டி ஒரு விருந்துக்கு ஏற்பாடு செய்கிறாள். அவ்விருந்தில் அன்னா கரினீனா கலந்து கொள்வதுடன் விரான்ஸ்கியுடன் நடனமும் ஆடுகிறாள். இது கிட்டிக்கு வேறுபாடாகத் தெரிந்தது. விரான்ஸ்கியை அன்னா கரினீனாவின் மனமும் விரும்பியது. இதனால் ஏதும் விபரீதம் ஏற்பட்டு விடலாம் எனக் கருதிய அவள் உடனே தன் பயணத்தை ஏற்பாடு செய்தாள்.

இருப்பினும் விரான்ஸ்கியும் கரினீனாவின் பயணம் பற்றி அறிந்து அவனும் அவள் போகும் தொடர்வண்டியில் ஏறி அவளையே பின் தொடர்ந்தான். அன்னா கரினீனாவுடன் இறங்கி அவளின் கணவனுடன் அறிமுகமாகி அவளின் இல்லத்திற்கு வர அனுமதியும் பெறுகிறான். அவளுடன் பேசி அவளின் காதல் உணர்வைத் தூண்டுகிறான். அன்னா கரினீனா அது தவறென்று எண்ணியும் அத் தவறை அவளால் செய்யாமல் இருக்க இயலவில்லை.

இவளின் நடத்தையில் ஏற்பட்ட மாற்றங்களைக் கண்ட அன்னாவின் கணவன் அலெக்ஸி அவளைத் திருத்த முயன்றும் முடியாது தவித்தார். அன்னாவின் வாழ்வில் மிகப்பெரும் சோதனைகள் நடந்து வந்தன. கணவனுடன் வாழ முடியாது என்பதில் மட்டும் அவள் உறுதியாக இருந்தாள். அவரிடம் இருந்து விவாகரத்து வாங்கிவிடவும்

எண்ணினாள். இதற்கிடையில் அவள் விரான்ஸ்கியுடனான சந்திப்பினையும் நிறுத்தவில்லை.

அவளுக்கு ஒரு முறை மோசமான உடல் நோவு ஏற்படுகிறது. அப்போது தன் கணவனிடம் மன்னிப்பினை வேண்டினாள். அதன்பின் அவளின் உடல் தேறுகிறது. மீளவும் விரான்ஸ்கியின் நட்பு தொடர்கிறது. ஒருகட்டத்தில் அவனுடன் அவள் வாழத் தொடங்கிவிட்டாள்.

அவ்வாழ்வும் இனித்துப் பின் கசக்க ஆரம்பித்துவிட்டது. இதனிடையில் அன்னா கரினீனாவிற்குப் பிறந்த இரண்டாவது பெண் குழந்தையும் இறந்து போய்விடுகிறது. அன்னாவிற்கும் விரான்ஸிற்கும் புரிதல் சரிவர அமையாது அவள் தன் உயிரைத் தானே மாய்த்துக் கொள்ளும் நிலைக்குத் தள்ளப்படுகிறாள். எந்த தொடர்வண்டிப் பயணம் விரான்ஸ்கியை அறிமுகம் செய்ததோ அதே தொடர் வண்டிப் பயணம்தான் அவளின் வாழ்வையும் முடித்து வைத்தது.

அன்னாவின் வாழ்வில் நிகழ்ந்த இந்த குழப்பத்திற் கெல்லாம் அடிப்படைக் காரணம் "கணவனுடன் வாழ்க்கை நடத்தினால் அவர்தான் சந்தோஷமாக இருக்கலாம். நானோ மனவேதனையுடன் சாக வேண்டியதுதான். இதற்கு இடம் கொடுக்கவே கூடாது" (ப.77) என்ற எண்ணம் தான். அன்னாவின் கணவனுடனான வாழ்க்கை அவளுக்குத் திருப்தியைத் தராத நிலையில் இன்னொருவனுடன் தன் காதலைச் செலுத்தி மன அமைதி பெற நினைத்தவளாகப் படைக்கப் பெற்றுள்ளாள் அன்னா கரினீனா.

அன்னா கரினீனாவின் மனநிலையை ஆங்காங்கே சரிவர சுட்டிக்காட்டும் போக்கில் முல்லை முத்தையா இந்த ஆக்கத்தைச் செய்துள்ளார்.

போரும் காதலும்

ஆயிரத்து எண்ணூற்று அறுபத்தேழாம் ஆண்டு டால்ஸ்டாயால் எழுதப்பெற்ற நாவல் 'போரும் அமைதியும்' என்பதாகும். இந்நாவலின் களம் ஆயிரத்து எண்ணூற்று ஐந்தாம் ஆண்டு ஆகும். இந்நாவல் பிரெஞ்சு நாட்டின் தலைவன் நெப்போலியனுக்கு எதிராக ரஷ்யா, ஆஸ்டிரியா, பிரிட்டன் ஆகியன போர் செய்ய முயலும் நேரத்தில் இந்நாவல் எழுதப்படுகிறது.

"வார் அண்ட் பீஸ் பை லியோ டால்ஸ்டாய்" என்று முன்பகுதியில் இந்த நாவலின் மூலத் தலைப்பினைத் தந்து இதனைப் "போரும் காதலும்" என்று தமிழாக்கம் செய்துள்ளார் முல்லை முத்தையா. "போரின் குமுறல்களையும், அதற்கிடையே உருவான காதலின் நிலையையும் உயர்ந்த முறையில் சித்திரிப்பது" என்று இதனை அறிமுகம் செய்கிறார் முல்லை முத்தையா.

கவிஞர் சுரபி இந்நூலுக்குப் பாராட்டுரை வழங்கியுள்ளார்.

பீட்டர்ஸ்பர்க் நகரின் செல்வந்தர்களுள் ஒருவராக விளங்குபவர் பெஜால். இவருக்கு பியரி என்ற மகன் இருந்தான்.

போல் கோனாஸ்கி பிரதம தளபதியாக இருந்தவர். தற்போது தன் பணி ஓய்வுக் காலத்தை பிளீக் குன்று பகுதியில் கழிக்க வந்துள்ளார். மகள் மரியா, அவளின் தோழி போர்னி ஆகியோர் அவருடன் இருந்தனர். இவரின் மகன் ஆண்டிரியா. இவன் கல்லூரிப் படிப்பினை விட்டுவிட்டு நாட்டு நலனுக்காக இராணுவத்தில் சேர இருந்தான். அதற்கான ஆணை வந்துவிட்டதால் தன் மனைவி லிஸ்லியைத் தன் தந்தை பொறுப்பில் இருக்க வைத்தான். அவள் மகப்பேறு வாய்த்திருந்தாள்.

குட்ஸாவா என்னும் படைத்தளபதியின் கீழ் ஆண்டிரியா இராணுவப் பணிகளை ஆற்றிவந்தான். அவரின் கட்டளைகளைப் பிற படைகளுக்குக் கொண்டுசேர்க்கும் கடினமான பணியை அவன் செய்துவந்தான்.

பியரி பிரபு குல வாழ்க்கையைத் தொடங்கினான். எலன் என்ற பெண்ணை அவன் மணந்திருந்தான். இடையில் இராணுவ அதிகாரி டோலோஹால் என்பவனுடன் ஏற்பட்ட துப்பாக்கி சுடும் போட்டியில் அவனை எதிர்பாரத விதமாக தோற்கடிக்கிறேன் என்று கூறி பிறழ்ந்து அவனை இவன் சுட்டுவிடுகிறான். முன்னரே கருத்து வேறுபாட்டில் இருந்த எலன் பியரை இதன்பின் பெரிதும் வெறுத்தாள். அவனை விட்டு ஒதுங்க நினைத்தாள்.

ஆண்டிரியின் மனைவி லிஸ்லிக்கு பிரசவ காலம் நெருங்கியது. ஆண்ட்ரியும் அந்நேரம் இராணுவத்தில் இருந்து விடுப்பு எடுத்துக்கொண்டு வந்திருந்தான். லிஸ்லி ஒரு மகனைப் பெற்றுத் தந்துவிட்டுத் தன் உயிரை நீத்தாள். பெருந்துயரமடைந்தான் ஆண்ட்ரி.

அப்போது ஓரளவிற்கு அலெக்சாண்டர் நெப்போலியன் ஆகியோர் உடன் படிக்கை செய்து கொண்டதன் பேரில் உடன்படிக்கை ஏற்பட்டு போர் நிறுத்தம் செய்யப்பெற்றது. இருப்பினும் இரு நாடுகளுக்குள் உரசல் இருந்து கொண்டே இருந்தது. இந்த உரசல் மீளவும் போரை வரவழைத்தது. இதன் காரணமாக ரஷ்யாவின் உள் பகுதி வரை நெப்போலியனின் படைகள் வந்து வெற்றி பெற்றாலும் அவ்வெற்றியை அவர்களால் தக்க வைத்துக் கொள்ள இயலாமல் சரியான உணவு, வசதி கிடைக்காமல் நாடு திரும்பவேண்டியதாயிற்று.

பியரியின் மனைவி எலனும் நோய்வாய்ப்பட்டுக் கிடக்கிறாள். பியரியும் இராணுவ வீரர்களால் பிடிக்கப் பெற்றுக் கைதியானான். பின்பு விடுதலையானான். ஆன்டிரியின் சகோதரி மரியா இந்நேரத்தில் பியரியைக் காதலிப்பதுஅறிந்து அவன் மகிழ்கிறான். இவ்வாறு போரும் காதலுமாகக் கலந்து கலந்து இந்நாவல் எழுதப்பெற்றுள்ளது.

இந்த நாவலில் வெளியிடப்படும் கருத்து "ஒவ்வொரு நிகழ்ச்சிக்கும் ஒரு வித அதிகாரம் காரணமாக இருக்கும். ஆனால் இந்த அதிகாரம் என்பது மர்மமாகவே இருக்கிறது. அது அப்படியே இருப்பது போலவும் தோன்றுகிறது. பழங்கால ஆசிரியர்கள் இதற்கு மனிதனுடைய காரியங்களில் ஏதோ ஒரு தேவதை குறுக்கிடுவதே காரணம் என்கிறார்கள் நாம் அவர்கள் சொன்னதை அலட்சியம் செய்கிறோம். ஆனால் அவர்கள் கூறியதற்குப் பதிலாக மாற்று இன்னும் கண்டுபிடிக்கவில்லை. இந்த அதிகாரத்தின் மர்மத்தைப் பற்றி நாம் கற்றுக்கொள்ள வேண்டுமானால் நமது சரித்திர ஆசிரியர்கள்தான் உதவி செய்ய வேண்டும். அவர்கள் தங்கள் கருத்தை வெளியிட பிரபலஸ்தர் ஒருவரை அந்த நிகழ்ச்சியில் பிணைக்கக் கூடாது. ஆனால் மக்களின் வாழ்க்கை முறையை வெளியிட வேண்டும். இதை பூரணமாக செய்வது இயலாத காரியம். ஆனால் சில சரித்திர நிகழ்ச்சிகளில் சிறிது சொல்லப்பட்டிருக்கிறது. சொன்ன விபரமோ வருந்ததக்கதாக இருக்கிறது. நம்ப முடியாததாக தோன்றுகிறது" (ப.123) என்ற நிலையில் இந்நாவலின் கருத்து முல்லை முத்தையாவால் சொல்லப்பெற்றுள்ளது. இதன்வழி நாவலின் தன்மையையும், அதன் மொழியாக்கத் தன்மையையும் உணர்ந்து கொள்ள முடிகின்றது.

குற்றமும் தண்டனையும்

டால்ஸ்டாயின் கிரைம் அண்ட் பனிஷ்மெண்ட் என்ற நாவலின் தமிழாக்கம் குற்றமும் தண்டனையும் ஆகும். "ரோடியன்

ரோமனாவிச் ராஸ்கோல்ஸிகாவ் என்ற இளைஞனின் கல்லூரிப்படிப்பு நிறுத்தப்படுகிறது. அவனுடைய குடும்ப நிலைமை வறுமை ஆகியவையே காரணமாக அமைந்து வட்டிக்காரக் கிழவியையும், அவளின் சகோதரியும் ரோடியால் கொல்லப்படுகிறார்கள். கொலை செய்ததுடன் மட்டும் அல்லாமல் கொள்ளையடித்த பொருள்களையும் கல்லுக்கடியிலே ரோடி புதைத்து வைத்துவிடுகிறான். கொலையைச் சாமர்த்தியமாக செய்து முடித்த வாலிபன் மீது எவருக்கும் சந்தேகம் கொள்ளவில்லை. நிகழ்ச்சி நடந்த நீண்ட காலத்திற்குப் பிறகுதான் அதாவது ஒரு மாத காலத்திற்குப் பிறகுதான் வதந்திகள் அதிகரிக்கின்றன. ஆனால் கொலையின் மர்மம் மனோதத்துவ முறையில் வெளியாகின்றது. இதன்பின் தன் காதலியின் சொற்களின் வழி குற்றம் செய்தவர்கள் தண்டனையை அனுபவித்தே ஆகவேண்டும் என்ற வழிகாட்டுதலால் இவன் காவல் துறையில் சரணடைய முயல்கிறான். தன் தாயாரிடம் அழுது கொண்டு அவன் மன்னிப்பு கேட்கிறான். இதுவே இந்நாவலின் கருவாகும். இந்நாவலைப் படிக்கும் வாசகர்களின் மனதில் ‘குற்றம் அவசியம் அதற்குரிய தண்டனையைப் பெறும்’ என்ற உண்மை உறுதிப்படுமானால் ஆச்சரியமில்லை” என்று முல்லை முத்தையா முன்னுரையில் குறிப்பிடுகிறார்.

ரோடி தான் கொலை செய்ததைத் தானே சொல்லும் வரை யாராலும் இக்கொலை யாரால் செய்யப்பட்டது என்பதைக் கண்டறியமுடியவில்லை. ஆனால் நாவலில் ரோடியே தன் தவறைத் தானே ஒத்துக்கொள்கிறான். அவனுக்கு எட்டு ஆண்டுகள் சிறைத் தண்டனை வழங்கப்படுகிறது. வேற்று நாட்டுக்கு அவன் நாடு கடத்தப்படுகிறான். அவனின் ஓராண்டு சிறைவாசம் முடிகிறது என்பதனோடு நாவல் முடிகிறது.

இவ்வாறு டால்ஸ்டாயின் நாவல்கள் முல்லை முத்தையாவால் தேர்ந்து தமிழாக்கம் செய்யப்பெற்றுள்ளன.

மாக்ஸிம் கார்க்கியின் அம்மா

உலகப் புகழ் பெற்ற நாவல் வரிசை என்ற வரிசையாக்கத்தின்படி முல்லை முத்தையாவால் முதன் முதலில் தமிழாக்கம் பெற்ற நாவல் இதுவாகும். இதனை தாய் என்றும், அன்னை என்றும் பலர் மொழிபெயர்த்திருக்க, இவர் ‘அம்மா’ என்று மொழியாக்கம் செய்துள்ளார். இதற்கு பொதுவுடைமை வீரர் தோழர் ப.ஜீவானந்தம்

அவர்கள் அணிந்துரை வழங்கியுள்ளார்கள். ரஷ்ய பேரறிஞர் மார்க்சிம் கார்க்கி தம்முடைய வாழ்க்கை முழுவதும் கலைக் கோட்பாடுகளை ஆராய்வதிலேயே கவனம் செலுத்தி வந்தார். அவருடைய கருத்துக்கள் மார்க்ஸ், லெனின் புரட்சி கருத்துக்களை அடிப்படையாகக் கொண்டது கார்க்கி தனக்குத்தானே கற்றுணர்ந்த மேதை. வாழ்க்கை ஆரம்பம் முதற்கொண்டு தொழிலாளர்களுடன் உறவு கொண்டுள்ளார். இந்த உலகிலே துன்பம்தான் நிரம்பி இருக்கிறது. துன்பம் என்பது உலகிற்கே ஒரு அவமானம் அதை அறவே அழித்து விட வேண்டும் என்கிறார் கார்க்கி.

கார்க்கியின் பிரசித்தி பெற்ற நாவலான அம்மாவில் சொல்லப்பட்டிருக்கும் தொழிற்சாலை ரஷ்யாவைச் சேர்ந்தது தான். அங்கே அப்போது தொழிற்சாலைகள் இருந்த நிலையையும் தொழிலாளர்களின் துயரங்களையும் எடுத்துக் கூற அந்த ஒரு தொழிற்சாலையே போதுமானதாகும் அந்த தொழிற்சாலையில் தான் அதிக அளவு வேலை நிறுத்தமும் நடைபெற்றது. பிரசித்தமான அந்த நிகழ்ச்சிகளை ஆசிரியர் அம்மாவில் பெரும் அளவில் கையாண்டிருக்கிறார் (முன்னுரை) என்று கார்க்கியையும் இந்நாவலையும் அறிமுகம் செய்கிறார் முல்லை முத்தையா

மைக்கேல் தொழிற்சாலையில் பணிபுரியும் ஒரு தொழிலாளி. முரட்டுத் தனம் மிக்கவன். அவனின் மகன் பவல். இவனின் அம்மா நில்வோனா. இவளே இந்நாவலின் தலைமைப் பாத்திரம். இவர்களுக்கு இவை போன்ற உறவுமுறையின் நெருக்கம் தாயின் வழியாக மகனுக்குச் சொல்லப்படுவதாக நாவலில் காட்டப்பெற்றுள்ளது.

"நீ ஒன்றும் குடிக்க வேண்டிய அவசியம் இல்லை. உனக்கும் சேர்த்து உன் தகப்பனார் குடித்துவிட்டார். எனக்கு எவ்வளவு கஷ்டம் கொடுக்க முடியுமோ அவ்வளவையும் கொடுத்துவிட்டார். உன் அன்னையிடம் கொஞ்சம் அனுதாபம் காண்பிக்கமாட்டாயா?" என்ற வாசகங்களின் வழி தாய், தந்தை,மகன் உறவுச் சூழலை உணர்ந்து கொள்ளமுடிகின்றது.

பவல் புரட்சியானாக உருவாகினான். அவன் பொதுவுடைமைவாதிகளுடன் பழகினான். தடை செய்யப்பெற்ற புத்தகங்களைப் படித்தான். சனிக்கிழமை தோறும் ரகசிய கூட்டங்கள் நடத்தினான். தொழிற்சாலையில் தொழிலாளர்கள் கடினப்பட்டு

உழைக்க அவர்களின் வழி உழைப்பினைப் பெற்றவர்கள் வசதியாக வாழ்வது அவனுக்கு நெருடலை ஏற்படுத்தியது. உழைப்பில் முன்னும் வாழ்வில் பின்னும் தொழிலாளிகள் இருப்பதை எண்ணி மனம் வருந்தினார் பவல். இதனை மாற்ற சிறு துண்டறிக்கைகளைத் தொழிலாளர்கள் மத்தியில் பரவவிட்டான்.

தொழிற்சாலையில் சிலரின் நடவடிக்கைகள் கருதி சம்பளம் பிடிக்கப்பெற்றபோது, அதனைத் தவிர்க்க பவல் களம் இறங்கவேண்டியதாயிற்று. தொழிற்சாலை நிர்வாகத்தை எதிர்த்து வேலை நிறுத்தம் செய்ய வேண்டிய சூழுலும் ஏற்பட்டது. இந்நிலையில் காவலர்கள் பவலைக் கைது செய்தனர். இதன்பின் பவலின் தாயார் இந்தப் பணியை வெளியில் இருந்தவண்ணம் செய்தாள். பலகாரம், சூப்பு ஆகியவற்றை வழங்கும்போது இப் பிரசுரங்களையும் அவள் தொழிலாளர்களுக்கு வழங்கினாள். தின்பண்டம் என்ற சொல் அவர்களுக்கு சங்கேத மொழியாக இருந்தது. பவலின் தாய் தான் படிக்கவில்லை என்றாலும் அப்போது படிக்க வேண்டும் என்று எண்ணி படிப்பினைத் தொடர்ந்தாள். ஸாஷா என்ற பெண் பவல் மீது காதல் கொண்டாலும் அவனின் தொழிலாளர் விடுதலை நோக்கிய பயணம் முடிந்தபின்பே திருமணம் என்று இருந்தாள்.

பவல் ஒரு கட்டத்தில் விடுதலையாகிறான். அதன்பின் அவன் மே மாத தொழிலாளர் தினத்தைக் கொண்டாடும் முயற்சிகளில் ஈடுபட்டான். ஊர்வலம் சென்று கொண்டிருக்கும் நிலையில் தொழிலாளர் ஒற்றுமை குறித்த கோஷங்கள் வெளிப்பட்டன. முன்னணியில் இருந்த பவலும், ஆண்ட்ரியும் கைது செய்யப்பட்டனர். அன்னை தனித்து விடப்பட்டாள். இருப்பினும் அவள் யாத்திரை செல்பவள் போலப் பல ஊர்களுக்குத் துண்டு பிரசுரங்கள் புத்தகங்கள் ஆகியவற்றைக் கொண்டு சென்று கொண்டு இருந்தாள். மகனுக்கு கொடுந்தண்டனை கிடைக்கும் என்ற நிலையிலும் அவள் மகிழ்ச்சியாக இருந்தாள். இதற்கிடையில் பவலுக்கும் மற்றவர்களுக்கும் வழிகாட்டியாக இருந்த யோகார் மரணமடைந்தார். அவரின் சவ ஊர்வலத்தில் அமைதியைக் கடைப்பிடிக்க வேண்டும் என்று கட்டளை எழுந்தது. மேலும் அவர் மீது சார்த்தப்பட்ட சிவப்பு நாடா நீக்க உத்தரவிடப்பட்டது. இருப்பினும் சவ அடக்கத்தின்போது, இளைஞன் ஒருவன் சபதம் ஏற்க அனைவரையும் தூண்டினான்.

போராட்டம் தொடர்ந்து கொண்டே இருந்தது. பவலின் நீதி மன்றப் பேச்சு தொழிலாளிகளுக்குப் போய்ச் சேர வேண்டும் என்று எல்லோரும் விரும்பினர். அதனை எடுத்துக்கொண்டுஅன்னை தொடர் வண்டி நிலையம் செல்லும்போது ஒற்றன் ஒருவனால் காட்டிக் கொடுக்கப்பட்டு உயிர் போகுமளவிற்குத் தாக்கப்படுகிறாள். இருப்பினும் அவளின் சொற்கள் உழைப்பாளர் ஒற்றுமை ஓங்கி ஒரு நாள் உலகம் நன்மைபெறும் என்று சொல்லிக் கொண்டே இருந்தது.

இந்நாவல் சொல்லவரும் கருத்தை நிறைவில் அன்னை வாயிலாக வழங்குகிறார் கார்க்கி. அதன் தமிழாக்கம் உணர்ச்சி மிக்கதாக உள்ளது, “வறுமை, வியாதி இவைதான் ஏழை ஜனங்களுக்கு கிடைக்கின்றன. அவைதான் சகல விஷயங்களுக்கும் நமக்கு எதிராக நடைபெறுகின்றன. பணக்காரர்கள் அதிகமாக நம்மை கசக்கிப் பிழிந்து உண்டு உறங்குகிறார்கள். ஏழைகளான நாம் எதற்கும் பயந்து சாக வேண்டியிருக்கிறது. இந்த இழிவான நிலைமையை போக்கவே நாங்கள் உழைக்கிறோம் பலர் இதை தெரிந்து கொண்டு விட்டனர். உண்மை தெரிந்ததும் சர்க்காரும் பணக்காரர்கள் கோபம் அடைந்தனர். பாமர மக்களை அடக்கி ஒடுக்க முற்பட்டுக் காலம் காலமாக உறிஞ்சப்பட்டு வந்த ரத்தம் வறண்டு போக விரும்பவில்லை. இந்த உண்மையைத் தெரிந்து கொண்டவர்கள் சிலர் தான். ஆனாலும் அவர்களுடைய எண்ணிக்கை அதிகரித்து வரும். ஒருநாள் இந்த உலகமே விழித்தெழும் பாமர மக்களின் துயரங்கள் ஒழியும் நாள் வெகு தூரத்தில் இல்லை (ப. 151) என்ற சொற்றொடர்களில் போராட்ட உணர்ச்சியும், விடுதலை உணர்ச்சியும் கொப்பளிப்பதைக் காணமுடிகின்றது. இதனைப் படிப்பவர்கள் உணர்வெழுச்சி பெறும் நிலையில் முல்லை முத்தையாவின் தமிழாக்கமும் அமைந்துள்ளது.

இவ்வாறு ரஷ்ய எழுத்தாளர்களின் புகழ் பெற்ற நாவல்களைப் பெருவிருப்புடன் தமிழாக்கம் செய்துள்ளார் முல்லை முத்தையா.

பிரெஞ்சு நாவல்களின் மொழியாக்கம்

இந்தியா ரஷ்யா உறவின் மேன்மையால் ரஷ்ய நாவல்கள் பல தமிழில் ஆக்கம் பெற்றன. ஆனால் பிரெஞ்சு இலக்கியங்கள் தமிழில் பெரிதும் தமிழாக்கம் பெறவில்லை. இதனை முதன் முதலில் தொடங்கிய பெருமை முல்லை முத்தையாவிற்கே சேரும். மாப்பசான், எமிலி ஜோன், அலெக்ஸாண்டர் டூமாஸ், அலெக்ஸாண்டர் டூமாஸ்

(இளையவர்) போன்றவர்களின் நாவல்களைத் தேர்ந்து எடுத்து முல்லை முத்தையா தமிழாக்கம் செய்துள்ளார்.

மாப்பசான்

பிரெஞ்சு சிறுகதை எழுத்தாளர்களில் குறிக்கத்தக்கவர் மாப்பசான். இவர் எழுதிய நாவல்களுள் ஒன்று 'பெண்ணின் வாழ்க்கை' என்பதாகும். அதாவது 'எ உமன்ஸ் லைப்' என்று ஆங்கிலத்தில் வெளிவந்த நாவல் இவர் எழுதியவற்றுள் ஒன்றாகும். இதனைத் தமிழாக்கம் செய்துள்ளார் முல்லை முத்தையா.

"மிருக இச்சை நிறைந்த உலகில் திணிக்கப்படுகிறாள். அவள் உன்னதமான இதயம் படைத்தவள். சுயநல மிகுந்த தன் கணவனாலும், செல்வமாக வளர்க்கப்பட்ட தன் மகனாலும் அவள் நொந்து போகிறாள். இந்த இருவரின் இடையறாத தொல்லைகளிலிருந்து அவள் விடுபடச் சக்தியற்று அல்லலுறுகிறாள். இது பெண்மையின் இயல்பு என்பதை அற்புதமாகச் சித்திரிக்கிறார் ஆசிரியர்" என்று இந்நாவலின் கருப் பொருளை முன்னுரையில் தருகிறார் முல்லை முத்தையா.

பரோன், ஸ்ரீமதி பரோன் ஆகியோருக்குப் பிறந்தவள் ஜின்னி. இவள் கன்னிமாடப் பள்ளியில் படித்துவிட்டு இப்போது வெளியே வந்துள்ளாள். அவள் விடுதலையை அனுபவிக்க பாப்பலர் மாளிகைக்குப் பெற்றோருடன் வந்து சேர்ந்தாள். அங்கு விவசாயத்தைப் பெருக்க பரோன் முயற்சிகள் செய்து வந்தார். ஸ்ரீமதி பரோன் உடல்நலக் குறைபாடு உடையவர். ஜின்னி ஆடிப்பாடி பொழுதைக் கழித்து வந்தாள்.

பாப்பலர் மாளிகைக்கு விருந்துண்ண வந்த பாதிரியார் ஒருவர் விகமட் என்ற இளைஞனை இக்குடும்பத்திற்கு அறிமுகம் செய்து வைத்தார். விகமட், ஜின்னி இருவரும் அன்பு மீதுற்றுக் காதலர்களானார்கள்.

ஸ்ரீமதி பரோனுக்கு உதவி செய்வதற்காக வேலைக் காரியாக அமைந்தவள் ரோஸாலின். அவளும் ஜின்னியை ஒத்த வயதினள். அவளும் ஏறக்குறைய காதல் வயப்படும் நிலையில் இருந்தாள்.

விகமட்டுக்கும் ஜின்னிக்கும் திருமணம் நடந்தேறியது. அங்குள்ள தேவாலயத்தில் இது நடைபெற்றது. முதல் இரவில் விகமட் அவன்

நோக்கப்படி நடந்து கொண்டான் என்று அவள் எண்ணினாள். இருப்பினும் அவனை அவள் எதிர் கொண்டாள்.

இளம் மணமக்கள் தேனிலவுப் பயணம் மேற்கொண்டனர்.அது ஒரு கப்பல் பயணமாக அமைந்தது. ஒரு மணி நேரம் தங்குவதாக இருந்தால் கூட ஜின்னியுடன் இருக்க வேண்டும் என்று விகமட் எண்ணினான். இதனால் ஏற்படும் அசௌகரியங்களுக்கு அவன் வெட்கப்படவில்லை. இது அவளுக்குச் சற்று வெட்கத்தைத் தந்தது.

பாரிஸ் நகரில் தான் விரும்பிய பொருள்களை வாங்க ஆசைப்பட்டாள் ஜின்னி. அதற்குத் தடைகள் சொன்னான் விகமட். இருப்பினும் பயணம் முடிந்து இருவரும் ஊர் வந்து சேர்ந்தனர்.

அன்று அலைச்சல் காரணமாக விகமட் தனித்து உறங்கினான். இவள் தனியே உறங்கினாள். ஆனால் இது அவளுக்குப் புதுமையாக இருந்தது. இந்நிகழ்வில் ஒரு மறைவும் உள்ளது. விகமட் அன்று தன் அறையில் ஸ்ரீமதி பரோனுக்கு உதவி செய்யும் ரோஸலினைத் தன் அறைக்குள் கூட்டி வந்து உறங்கினான் என்பதே அது.

சில மாதங்கள் கடந்தன. ஜின்னியின் அனைத்துச் சொத்துக்களும் ஜமீன்களும் விகமட் ஆளுகைக்கு வந்தது. பல சிக்கன நடவடிக்கைகள் மேற்கொள்ளப்பெற்றன. இதனிடையில் ரோஸலின் திருமணமாகாத நிலையில் ஒரு குழந்தைக்குத் தாயாகிறாள். அக்குழந்தையை குழந்தைகள் பராமரிப்பு நிலையத்தில் கொடுத்து வளர்த்து வர ஏற்பாடு செய்தாள் ஜின்னி.

ரோஸாலினிடம் இக்குழந்தைக்குத் தந்தை யார் என்று கேட்டறிய விரும்பினாள். ஆனால் அவள் சொல்லவே இல்லை. ஒருநாள் இரவில் விகமட் அறையில் ரோஸாலின் இருப்பதை ஜின்னி பார்த்துவிடுகிறாள். இதனைத் தாங்க முடியாமல் அவள் ஓடினாள். எங்கு ஓடுகிறோம் என்று தெரியாமல் மயக்கம் போட்டு ஓரிடத்தில் விழுந்தாள்.

அவளை வேலைக்காரர்களும் விகமட்டும் தூக்கி வந்து வீட்டில் வைத்து மருத்துவம் பார்த்தனர். ஒரு சில நாட்களில் எழுந்த அவள் தன்னுடைய இந்த நிலைக்குத் தன் கணவனின் நடத்தையே காரணம் என்றாள். மேலும் பாதிரியார் முன்னிலையில் ரோஸாலின், விகமட் தவறான நடவடிக்கையை உறுதிப்படுத்தினாள். இருப்பினும்

விகமட்டுக்கு மன்னிப்பு வழங்கி இருவரும் அமைதியுடன் வாழ அறிவுரைகள் சொன்னார்.

இந்நிலையில் ஜின்னி தாய்மைப் பேறு அடைந்து மகன் ஒருவனைப் பெற்றாள். இதனிடையில் ரோஸாலினுக்கு விகாக் என்பவனைத் திருமணம் செய்து வைக்க ஏற்பாடு நடைபெற்றது. இதற்கு ஒரு தொகையும் அளிக்கப் பெற்றது.

விகமட்டுக்குத் தற்போது புதிய நண்பர் ஒருவர் கிடைத்தார். அவர் பெயர் பவர்வில்லி. அவருடைய மனைவியின் பெயர் கில்பர்ட். பவுர் வில்லி வேட்டையாடுவதைத் தன் தொழிலாகக் கொண்டவர். அவரின் மனைவி கில்பர்ட் குதிரை ஏற்றத்தில் மிகச் சிறந்தவள். விகமட்டும் அவளும் பல நாள்கள் குதிரை சவாரி செய்துள்ளனர். இருவரிடையே நட்பு அளவு கடந்து விளங்கியது.

ஜின்னியின் மகன் பெயர் பால் என்பதாகும். அவன் நோய்வாய்ப்படப் பன்னிரண்டு நாட்கள் அவனைக் காப்பாற்றும் பொறுப்பில் ஜின்னி இருந்தாள். இருப்பினும் அவளுக்குள் ஒரு போராட்டம். ஸ்ரீமதி பவுர்வில்லியும் தன் கணவனும் சரியான நடத்தையில் இல்லை என்பதை அவள் அறிந்திருந்தாள்.

இந்நேரத்தில் ஸ்ரீமதி பரோன் இயற்கை எய்திவிட அவளுக்கான இறுதிச் சடங்குகள் நடைபெற்றன. அதன்பின்பு அவ்வூருக்குப் புதிதாக வந்த பாதிரியாரை அழைத்து ஜின்னி தன் கணவன் பற்றியும் பவுர்வில்லியின் மனைவி பற்றியும் தெரிவித்தாள்.

இந்நேரத்தில் இத்தொடர்பு பவுர் வில்லிக்குத் தெரிந்துவிட அவர் தன் மனையாளைத் தேடி ஜின்னி வீடு வந்தார். இங்கும் இல்லை என்றதும் மலை உச்சியில் உள்ள நகரும் வீடு போன்ற அமைப்புடைய வண்டியில் இருவரும் ஒன்றாக இருப்பதைக் கண்டு அவர் கோபப்பட்டு அவர் அந்த வண்டியைத் தள்ளிவிட அது மலையிலிருந்து உருண்டு விழுந்து இருவரையும் கொன்றுவிடுகிறது. இது தக்க தண்டனை என்பதாக ஜின்னியின் மனம் எண்ணியது. விகமட்டின் இறுதிச்சடங்கில் இவளால் கலந்து கொள்ள இயலாதபடி அன்று அவளுக்கு பெண்குழந்தை பிறந்து இறந்தது.

கணவன் இன்றித் தன் ஒரே உறவான பால் என்ற தன் மகனை வளர்த்து வருவதில் தன் கவனத்தைத் திருப்பினாள் ஜின்னி. மகனுக்கு

மத போதனை செய்து வைக்க முயன்றபோது அவன் கல்லூரிப் படிப்பினைப் படிக்க விரும்பியதால் அவனை ஹாவ்ரி கல்லூரியில் சேர்த்தனர்.

அவன் கல்லூரிப் படிப்பை இரண்டு ஆண்டுகள் ஓரளவிற்குப் படித்தான். மூன்றாம் ஆண்டில் கல்லூரிக்கு வராமல் ஊதாரியாக ஊர் சுற்றினான். பலரிடம் கடன் பெற்று அதனைக் கட்டமுடியாமல் எல்லோரும் ஜென்னியிடம் வரிசையாக நின்றனர். இதுதவிர காதலி என்ற பெயரில் ஒருத்தியுடன் இணைந்து வீட்டை மறந்து அவன் ஊதாரித்தனமாகச் செலவுகள் பல செய்தான்.

மொத்தமாக எல்லா சொத்தையும் தன் மகனுக்குக் கொடுத்தாள் ஜின்னி. தனியாக இருக்கும் அவளுக்குத் துணையாக அம்மாவின் பழைய வேலைக்காரி ரோஸாலின் வந்து சேர்ந்தாள். அவளின் துணையோடு தன் மகன் வருகையை நோக்கி அவள் காத்திருந்தாள். அவன் வராத நிலையில் அவள் பாரீஸுக்குச் சென்றாள். அங்கு அவனைக் காண முடியவில்லை. அவனுக்குப் பணம் தந்தவர்கள் அனைவரும் ஜின்னியை வந்து பணம் கேட்டுத் துன்புறுத்தினர்.

ஒருகட்டத்தில் மகன் வரமாட்டான் என்ற நிலைக்கு வந்த அவளுக்கு ஒரு செய்தி வந்தது. தன் மகனின் காதலி இறக்கும் நிலையில் உள்ளாள். ஆனால் அவளுக்கு ஒரு குழந்தை உள்ளது என்ற செய்தி அதுவாகும். ரோஸாலியை அனுப்பி அந்தக் குழந்தையை எடுத்துவரச் செய்து அதனை வளர்த்துவர முயன்றாள் ஜின்னி. குழந்தையும் ரோஸாலினும் வர அவர்களை வரவேற்றாள் ஜின்னி. இனிமேலாவது தன் மகன் வருவான் என்று ஏங்கி நிற்கிறது தாயின் உள்ளம்.

இந்நாவலில் ஜின்னிக்குத் திருமண நாளன்று அவளின் தந்தை சொன்ன அறிவுரைகள் உலகப் பெண் பிள்ளைகள் அனைவருக்குமான அறிவுரையாக உள்ளது. "அருமை மகளே! நான் ஒரு முக்கியமான விஷயத்தைப் பற்றி உன்னிடம் சொல்ல வேண்டி இருக்கிறது. உன் தாயார் அதைக் கூற மறுத்து விட்டதால் நான் அந்த பொறுப்பை ஏற்றுக்கொண்டேன். வாழ்க்கையை பற்றி உனக்கு தெரிந்திருக்கும் என நான் கருதவில்லை. சில ரகசியங்களை குழந்தைகளுக்கும் தெரியாமல் மறைத்து வைக்க வேண்டி இருக்கிறது. முக்கியமாக பருவமடைந்த பெண்ணிடம் மிகவும் ஜாக்கிரதையாக நடந்து கொள்ள வேண்டும். அவளுடைய உள்ளமும் உடலும் பரிசுத்தமாக இருக்கும்படி

காக்கவேண்டும். அவளுக்கு மகிழ்ச்சியைத் தரும் ஒரு ஆண் மகனிடம் ஒப்புவிக்கும் வரை இந்த பொறுப்பு பெற்றோருடையது. கைப்பிடித்த கணவன்தான் இந்த இன்ப வாழ்க்கையின் ரகசியத்தை திரையை விலக்க வேண்டும். ஆனால் அந்த ரகசியம் என்ன என்பதை சிறிதளவாவது அவர்களிடம் சொல்லாவிடில் காரியமே கெட்டுவிடும். தாங்கள் கண்ட கனவை எண்ணிப் புரட்சி செய்யத் தொடங்கி விடுவார்கள். சட்டப்படி கணவனுடைய இச்சையை மனைவி தன்னுடைய உள்ளத்தாலும் உடலாலும் பூர்த்தி செய்யவேண்டும். இந்த ரகசியத்தை பற்றி அறியாத காரணத்தால் சிலர் மனம் புண்படும். கணவனிடத்தில் சரியாக நடந்து கொள்ள மாட்டார்கள். நான் அதிகமாகச் சொல்ல விரும்பவில்லை. ஆனால் ஒன்று மட்டும் சொல்லுகிறேன். நீ உன் கணவனுக்குப் பூரணமாக சொந்தமானவள். அவன் சொற்படி நடப்பதே உன் கடமை." (ப. 40) என்ற அறிவுரை நயமான, அவசியமான அறிவுரையாக விளங்குகின்றது.

எமிலி ஜோலா

எமிலி ஜோலா எழுதிய இருநாவல்கள் முல்லை முத்தையாவால் தமிழாக்கம் செய்யப்பெற்றுள்ளன. இன்பமும் துன்பமும், நாநா ஆகிய இரண்டும் எமிலி ஜோலாவின் கைவண்ணத்தில் எழுந்த பிரெஞ்சு மொழி சார்ந்த நாவல்களாகும். இவற்றை உணர்வு பொங்க தமிழாக்கம் செய்துள்ளார் முல்லை முத்தையா.

இன்பமும் துன்பமும்

எமிலி ஜோலா என்பவர் எழுதிய நாவல் "இன்பமும் துன்பமும்" என்பதாகும். "ஷேம்" என்ற பெயருடைய இந்நாவல் மனிதர்களின் முறையற்ற நடவடிக்கைகளால் ஏற்படும் துன்பங்களை எடுத்துரைப்பதாக உள்ளது. "பிரெஞ்சு இலக்கிய உலகில் எமிலி ஜோலாவுக்கு தனி மதிப்பு உண்டு. அருவருக்கத்தக்கதாயினும் உண்மையை உள்ளபடியே சித்திரிப்பதில் அவர் திறமைசாலி. எதிர்ப்புக்கும், இகழ்ச்சிக்கும் அஞ்சாமல் தமது லட்சியப் பாதையில் சென்று வெற்றி கண்ட மேதை அவர்" (முன்னுரை) என்று இந்நாவலாசிரியரைப் பற்றி அறிமுகம் செய்கிறார் முல்லை முத்தையா.

இந்த நாவலின் கதாநாயகி மேடலின். இவள் ஒரு பெரிய செல்வந்தரின் மகள் இருந்தாலும் அவருடைய தந்தை இறந்து போக அவருடைய தந்தையின் நண்பரான லோபிரிகண்ட் என்பவர்

இடத்தில் விட்டு விட்டு சென்றார் அவர் அவளை ஆட்கொள்ள நினைக்க அவள் அங்கிருந்து தப்பிக்கிறாள். அவ்வாறு தப்பித்து ஒரு கல்லூரி மாணவனிடத்தில் தஞ்சம் புகுகிறாள். ஜாகுஸ் பெட்டி என்ற அவன் அவளை தன்னுடையவளாக ஆக்கிக் கொண்டான்.

மேடலின் தன் சொத்துக்களைத் தன்னை வளர்த்த கிழவன் லோபிரிகண்ட் என்பவனிடம் இருந்து பெற்று வந்தாள். இவள் வருவதற்கு முன் இராணுவத்தில் பணி கிடைத்ததாகக் கூறி ஜாகுஸ் கிளம்பத் தயாரானான். இவளுக்கு இது வருத்தத்தை அளித்தது.

நார்மண்டியில் வெட்டியூல் என்ற ஊரில் பிரபுவாக வாழ்பவர் "வையர்". இவருக்கு முறையற்ற நிலையில் பிறந்தவன் வில்லியம் ஆவான். இவனுக்குத் தாயில்லாத நிலையில் பிரபுவின் வீட்டில் வேலைக்காரியாக இருந்த ஜெமிலி வளர்த்துவந்தாள். முறையற்ற முறையில் பிறந்தவன் என்பதால் வில்லியமை அதிகம் கண்டு கொள்ளாமல் வையர் பிரபு வாழ்ந்தார். ஒரு கட்டத்தில் அவனின் சாயலில் தன் தாயரைக் கண்ட பிரபு அவனைப் பாசத்துடன் வளர்க்க ஆரம்பித்தார்.

வையர் பிரபுவின் சொத்துக்களுக்கு வாரிசான வில்லியம்ஸ் சுகபோக வாழ்க்கை வாழ்ந்து வந்தான். அவனை மேடலின் சந்திக்கிறாள். அவனுடன் தன் நட்பினை ஏற்படுத்திக் கொண்டு வாழ்ந்தாள். அதுவே அவர்களின் இல்லற வாழ்வானது. இவ்வாறு அவர்கள் வாழ்ந்து கொண்டிருக்கும் போது இவர்களுக்கு ஒரு மகள் பிறந்தாள்

வில்லியம்ஸ் தன் பால்ய கால நண்பனான ஜாகுஸ் பெட்டி பற்றித் தன் மனைவியிடம் சொல்லிக்கொண்டே இருப்பான். மேடலினுக்கு வில்லியம்ஸின் நண்பனாகிய ஜாகுஸ்தான் தன் பழைய காதலன் என்பது உறுதியாகின்றது.

இந்நேரத்தில் பழைய காதலனான ஜாகுஸ், வெளிநாடு செல்லும்போது கப்பல் தீப்பற்றிக் கொண்டதால் இறந்துவிட்டார் என்ற செய்தி கிடைக்கிறது. இதனை அறிந்த மேடலின் சற்று மகிழ்ச்சி அடைந்தாள்.

ஆனால் ஜாகுஸ் இறக்கவில்லை. சில நாள்களில் அவன் பெட்டி வில்லியமை சந்தித்து விடுகிறான். நண்பர்கள் மகிழ்ந்து

உரையாடுகிறார்கள். மேலும் ஜாகுஸ் தன் நண்பன் வில்லியம்ஸ் இல்லத்துக்கு வருவதாகச் சொல்கிறான். இதனை வில்லியம் மகிழ்ச்சியோடு தன்னுடைய மனைவியிடம் சொல்ல, அவளோ வேதனைப்படுகிறாள்.

ஜாகுஸ் தான் தன்னுடைய பழைய காதலன் என்பதை அவள் உணர்ந்து கொள்கிறாள். இதன் மூலம் தன்னுடைய மன நிம்மதி கெடும் என்பது அவளுக்குத் தெரிகிறது. ஆகவே அவனை சந்திக்க அவள் மறுக்கிறாள். மேலும் தன்னுடைய கணவன் வில்லியத்தின் இடம் அவன் தான் தன் பழைய காதலன் என்றும் குறிப்பிட்டு விடுகிறாள்.

அவர்களுக்குள் இருந்த நெருக்கம் நெகிழ்கிறது. தன்னுடைய பழைய காதலனைப் பார்க்காமல் வில்லியம்ஸ், மற்றும் மேடலின் தங்களது பண்ணை வீட்டுக்குச் செல்ல எண்ணுகிறார். ஆனால் பண்ணை வீட்டுக்குச் செல்ல முடியாமல் காலம் கடந்துபோக, அவர்கள் ஒரு விடுதியில் தங்குகிறார்கள் அந்த விடுதியில் ஜாகுஸ்ஸும் தங்கி இருக்கிறான். அவன் மேடலினைச் சந்திக்க அவளின் அறைக்கே வில்லியம்ஸ் இல்லாத நேரம் வந்து சேர்கிறான்.

இருவரின் சந்திப்பு நிகழ்கிறது. இந்த சந்திப்பு பெருத்த மன வருத்தத்தை அவளுக்கு அளிக்கிறது. இந்நேரத்தில் அவனை விட்டு விலக மீண்டும் தன்னுடைய இல்லத்திற்கு மேடலின் தன் கணவனுடன் செல்கிறாள். அப்போது அவர்களின் மகளுக்கு நோய் ஏற்படுகிறது. இந்த நோயில் அந்த குழந்தை இறந்து போகிறது. இந்த குழந்தை பழைய காதலனைப் போல இருப்பதாக இருவரும் எண்ணினார்கள். எனவே அது இறந்ததும் நன்மைக்கே என்று மேடலின் எண்ணினாள்.

வில்லியம்ஸ், மேடலின் ஆகியோரின் மகிழ்ச்சியான வாழ்க்கை கலைந்து துன்பமான வாழ்க்கை தொடங்கி விட்டது.

இத்துன்ப வாழ்வில் இருந்து இருவரும் விடுபட எண்ணினர். தன்னுடைய தந்தை தற்கொலை செய்து கொண்டது போல தானும் தற்கொலை செய்து கொள்ள வில்லியம் எண்ணினான்.

அதே நேரத்தில் மேடலினும் தற்கொலை செய்து கொள்ள எண்ணினாள். தன்னுடைய கைகளினால் நஞ்சு அடங்கிய புட்டியை எடுத்துக் குடித்தாள். மெல்ல அவள் இறந்து போவதை வில்லியம் வருத்தத்துடன் பார்த்துக்கொண்டிருந்தார்.

இவ்வாறு மூவர் உள்ளிட்ட ஒரு காதல் கதையாக இன்பமும், துன்பமும் கலந்து வருவதாக இந்நாவல் எழுதப்பெற்றுள்ளது.

மேடலின் மீது வில்லியம் வைத்திருந்த காதலின் ஆழத்தைப் பின்வரும் தொடர்கள் காட்டுகின்றன. "என் அன்பே மேடலின்! நீ இல்லாமல் நான் வாழவே முடியாது. உன்னைத் தவிர இந்த உலகில் எனக்கு வேறு யார் இருக்கிறார்கள்?, நீ என் கோரிக்கையை மறுத்தால் என் மகிழ்ச்சியை விரும்பும் அளவுக்கு நீ என்னைக் காதலிக்கவில்லை என்று தான் நான் நினைக்க வேண்டியிருக்கும்.

மேடலின்! நான் உன் அருகில் இருப்பதை எவ்வளவு தூரம் விரும்புகிறேன் என்பதை நீ அறிவாயானால் இப்படி சொல்ல மாட்டாய்! உன்னால் தான் என் இதயத்துக்கு சாந்தி அளிக்க முடியும். உன் கரங்களில் தான் நான் சரண் அடைய முடியும் என்பதை உணர்கிறேன். நீ தரும் இன்பத்திற்கு நான் எப்படி நன்றி தெரிவிக்க போகிறேன். என் உடமைகள் அனைத்தையும் என்னோடு சேர்த்து மிகப் பணிவோடு உனக்கு அர்ப்பணிக்கிறேன். நீ எனக்கு தரும் இன்பத்தை அவற்றோடு ஒப்பிட்டுப் பார்த்தால் அவ்வளவு பிரமாதமாகத் தோன்றாது. நாம் இப்போது இருப்பதைவிட ஒருவரை ஒருவர் அதிகமாக நேசித்து விட முடியாது என்பது உண்மைதான். ஆனாலும் திருமணம் நம்முடைய சந்தோஷத்தின் முத்திரை. என் அருமை மேடலின்! அழகு சீமாட்டி என் மனைவியே! என்னை மணந்து கொள்ள. நான் உன்னை காதலிப்பது உலகத்துக்கு தெரியட்டும். உன் அன்பின் அடையாளமாக இதை நிரூபித்துக் காட்டு.

ஒவ்வொரு நாளும், ஒவ்வொரு வினாடியும் உன்னை காதலிக்கும் பாக்கியத்தை எனக்கு கொடு. என் மதிப்புக்கு உரியவளே! உன்னை மன்றாடி கேட்டுக்கொள்கிறேன்!" (ப. 61) என்ற பகுதியில் வில்லியம்ஸ் திருமணத்தின் புனிதத்தன்மையை எடுத்துரைக்கிறான். இதுபோன்று காதலின் வேகத்தை உணர்த்தும் பல பகுதிகள் இந்நாவலில் உள்ளன.

நாநா

எமிலி ஜோலாவின் மற்றொரு நாவல் "நாநா" என்பதாகும். வெரைட்டி தியேட்டர் என்ற நாடகக் குழுமத்தை முன்வைத்து இந்நாவல் எழுதப்பெற்றுள்ளது. இக்குழுமத்தின் வழியாகப் பல நாடகங்கள் அரங்கேற்றம் செய்யப்பட்டன. இந்நாடகங்களில் முக்கிய

நடிகையாக நடித்தவள் ரோஸ் மிக்னான். இவள் பணம், கர்வம் போன்றவற்றால் தகராறு செய்ய இவள் நடித்த வீனஸ் அழகி என்ற பாத்திரத்தை, நடிக்க "நானா" என்பவள் நாடக நடிகையாக்கப்படுகிறாள். இவளை முன்னிறுத்திப் பல விளம்பரங்கள் வைக்கப்பெற்று, இவளை வெற்றி பெற்ற நடிகையாக ஆக்க முயற்சிகள் மேற்கொள்ளப்பெறுகிறது.

நானா சற்று கறுப்புநிறம் உடையவளாக இருந்தாலும், குரல் கிறீச் என்று இருந்தாலும், அவளின் நடிப்பு மக்களால் விரும்பப்பட்டது. மக்களால் மட்டும் அல்ல, தேசத்து இளவரசராலும் அவளின் நடிப்பு விரும்பப்பட்டது.

அவளை நாடக நடிப்புக்கு இடையில் இளவரசர் சந்திக்க விரும்பினார். அவருடன், நாடகக் குழுவின் நிர்வாகி கவுண்ட் மப்பாட்டும், அவரின் மாமனார் மார்க்கியூசும் வருகை தந்தனர். இவர்களை நாடகக் குழுவின் தலைவர் போர்ட் நேவ் நானாவுக்கு அறிமுகம் செய்தார். அப்போது அவள் அலங்காரத்தில் ஈடுபட்டிருந்தாள். இருப்பினும் இவர்களை வரவேற்றாள்.

இளவரசர் தன்னைச் சந்திக்க இவ்வளவு அவசரம் ஏன் என்ற கேள்வி நானாவின் மனதில் ஏற்பட்டது. நன்றி தெரிவிக்க உடனே வந்ததாக இளவரசர் குறிப்பிட்டபின் அந்தக் கேள்விக்கு நானாவுக்குப் பதில் கிடைத்தது. பின்பு நாடகம் முடிந்ததும் இளவரசருடன் நானா செல்லும் சூழல் உருவானது.

நானா நாடக நடிப்பில் இருந்து விலகித் தனி மாளிகையில் குடியேற்றப்பட்டாள். இவளை அடையப் பலர் முயற்சித்தனர். வங்கி முதலாளி ஸ்டீனர், அரசாங்க அதிகாரி கிழவர் மாப்பாட, பாண்டன் போன்றோர் இவர்களுள் குறிக்கத்தக்கவர்கள். எந்நேரமும் இவர்கள் நானாவையே சுற்றிச் சுற்றி வந்தார்கள்.

சிறிது காலம் பாண்டனுடன் வாழ்ந்தாள். இருப்பினும் அவ்வாழ்விலும் அடி, உதை, மதிப்பிழப்பு போன்றன அவளுக்கு ஏற்பட்டன. இதைவிடச் சற்று மோசமாக வேறொரு நாடக நடிகையுடன் பாண்டன் படுக்கையைப் பகிர்ந்து கொள்கிறான். இதனைக் கண்ட அவள் பாண்டன் வீட்டை விட்டு வெளியேறி, தன் பழைய சிநேகிதி ஸாட்டின் இல்லத்திற்குச் செல்கிறாள். அங்கு அவளுக்கு ஆதரவாக ஸாட்டின் விளங்கினாள்.

இதன்பின் பழைய நாடக மேலாளரிடம் வாய்ப்புக் கேட்டு நாடக அங்கம் ஒன்றில் நாநா நடித்தாள். அதனைக் காண வந்த மப்பாட் நாநாவைச் சந்திக்க வாய்ப்பளிக்கப்பெற்றது. இதன்வழி பெரிய பாத்திரம் ஒன்றை ஏற்று நடிக்க நாநா ஒப்பந்தம் செய்யப்பெற்றாள். இந்நாடகம் நல்ல பெயரை நாநாவுக்கு வாங்கித்தரவில்லை. அவளுக்கு இது இறக்கமளித்தது. இந்நிலையில் மப்பாட்டின் தயவில் வாழ நாநா விரும்பினாள். அவளுக்காக வண்டி, வீடு, நகைகள் தந்து, மப்பாட் காப்பாற்றினார். அவள் அவருக்கு உண்மையாக இருக்க பன்னிரண்டாயிரம் பிராங்குகள் நிர்ணயிக்கப்பெற்றன.

இம்மாளிகையில் தன் பழைய தோழி ஸாட்டினையும் தங்க வைத்துக்கொண்டாள். அவளுடன் சில நாட்கள் பழகி மகிழ்ந்தாள். ஒருநாள் அவளும் சொல்லாமல் கொள்ளாமல் இவளை விட்டுச் சென்றுவிடுகிறாள். மீளவும் அவளை அழைத்து வருவதும், அவள் ஓடுவதும் இதுவே வழக்கம் ஆயிற்று.

மப்பாட்டுக்கு ஸாட்டினுடன் பழகுவது சற்று திருப்தியளித்தது. வேறு ஆண்களுடன் நாநா இல்லை என்ற திருப்தியை அது தந்தது. இதன் பின் அவர் ஒருசொத்தை விற்று வரச் சென்றார். வருவதற்கு நான்கு நாட்கள் ஆகும் என்ற நிலையில் அவர் அப்பணி முடித்து இரண்டு நாள்களில் வந்துவிடுகிறார். அப்போது நாநா அவரின் மாமனாருடன் இணைந்து இருப்பதைக் கண்டு அதிர்ச்சி அடைகிறார்.

இதன்பின் மப்பாட் நாநாவைக் காண வருவதை விட்டுவிட்டார். அவரின் மாமனாரும் பாதி உயிருடன் தப்பித்தார். நாநாவுக்கென்று எவரும் இல்லா நிலை உருவாகியது. தன்னிடமிருந்த மாளிகை, நாற்காலிகள், கட்டில்கள் ஆகியவற்றை விற்று தேசப் பயணம் மேற்கொண்டாள்.

பின்பு ஒருநாள் தான் இருந்த பாரிஸ் நகரத்திற்கு வர அங்கு ஒரு விடுதியில் தங்கினாள். அவளுக்கு அம்மை நோய் கண்டது. அவளைக் காப்பாற்ற யாரும் வரவில்லை. மப்பாட் அவள் இறக்கும் தருவாயில் அவளின் அருகில் இருந்தார். அவள் இறந்த செய்தி கேட்டதும் தன் கைகளால் முகத்திலும், மார்பிலும் அறைந்து கொண்டார்.

"அழகின் மூலம் ஐஸ்வரியத்தில் புரண்ட நாநா தனியே விடப்பட்டாள். நா அசைந்தால் நாடே அசையும் என்பதற்கு ஏற்ப

அவள் குறிப்பை எதிர்பார்த்து நடக்கப் பலர் காத்திருந்தனர். ஆனால் அவள் சவம் இப்பொழுது கேட்பாரற்று ஹோட்டல் அறையில் கிடக்கிறது" (நாநா. ப.96) என்ற முடிப்பு நாநா என்ற பெயருக்கான காரணத்தைச் சொல்கிறது.

நாநாவின் நா அசைந்தால் நாடே அசையும் என்ற நிலையில் நாநா என்ற பெயர் பொருந்துவதாக நாநா நாவலுக்கு அமைகிறது. நாநா நாவலில் சற்று இன்ப விழைச்சி அதிகமாக இடம்பெறச் செய்யப்பெற்றுள்ளது. முல்லை முத்தையா மூலத்தின் உணர்வோட்டத்தைச் சிதைத்துவிடலாகாது என்பதற்காக இதனை அப்படியே தமிழாக்கம் செய்திருக்க வேண்டும்.

"தியேட்டரில் உள்ளோர் சிரிப்பதைக் கண்டு நாநாவும் சிரித்தாள். அவள் வெண்மையான மஸ்லின் ஆடையை உடுத்தி இருந்தாள். அவள் உடலில் உடை இருப்பதாகவே தெரியவில்லை. நிர்வாணமாக இருப்பது போலவே தோன்றியது. பருவத்தின் காரணமாக அவளுடைய ஸ்தனங்கள் நிமிர்ந்திருந்தன. ஜனங்கள் அதை நன்றாகப் பார்க்க வேண்டும் என்ற எண்ணத்துடனோ என்னவோ அவள் தன் கைகளை உயரத் தூக்கினாள். உடலை வளைத்தாள். ஒரு தடவை தன்னையே சுற்றி வந்தாள். அதன்பிறகு ஜனங்கள் வாய் திறக்கவேயில்லை. நடனம் என்ற பெயரால் அவர் குதித்த தையும், ஜனங்கள் அபரிமிதமாக ரசித்து, அவள் இடுப்பை ஆட்டிய பொழுது அதை காணச் சகிக்காமல் இருந்தும் ஜனங்கள் அதை உற்சாகமாக பார்த்தார்கள். நடனம் முடிந்தது. திரை விழுந்தது." (ப. 17) என்ற நிலையில் இன்பச்சுவை இந்நாவலில் சற்றுக் கூடுதலாக உள்ளது.

நான்கு நண்பர்கள்

பிரெஞ்சு எழுத்தாளர்களில் சிறந்தவரான அலெக்சாண்டர் டூமாஸ் என்பவர் எழுதிய "திரி மஸ்கெட்டர்ஸ்" என்ற நாவலின் தமிழாக்கமாக அமைவது நான்கு நண்பாகள் என்ற நாவலாகும். "மூலக் கதையின் பெயர் மூன்று வாள் வீரர்கள் ஆனாலும் கதையினுள்ளே நிகழும் சம்பவங்களும், சாகஸங்களும் நான்கு நண்பர்களின் ஒத்துழைப்பைக் கொண்டே நிகழ்கின்றன. எனவே இதற்கு நான்கு நண்பர்கள் என்று பெயரிட்டேன்" என்று முன்னுரையில் குறிப்பிடுகிறார் முல்லை முத்தையா. இது உலகப் புகழ் பெற்ற நாவல் வரிகையில் ஒன்பதாவது நாவலாகும். இந்நாவலின் முன்னுரையில் "வாசகர்களின் வரவேற்பும் நண்பர்களின் பாராட்டும் இந்தத் துறையில்

என்னைப் பெரிதும் ஊக்குவிக்கின்றது. அதனாலேதான் நான் இதைத் தொடர்ந்து செய்ய முடிகிறது" (முன்னுரை) என்று குறிப்பிடுவதன் வாயிலாக இந்த உலகப் புகழ் பெற்ற நாவல்வரிசை என்ற தொடர் வெற்றிகரமாக வாசகர்களைச் சென்றடைந்துள்ளது என்பதை உணரமுடிகின்றது.

பிரெஞ்சு, இங்கிலாந்து ஆகிய இரு நாடுகளுக்கு இடையே ஆன நட்பு, பகை போன்றன குறித்து இந்நாவலில் எழுதப்பெற்றுள்ளது. பிரெஞ்சு நாட்டின் மன்னர் படையில் சேவை செய்வதற்காகக் கிராமத்தில் இருந்த ஆர்ட்டக்னன் என்ற இளைஞன் புறப்படுகிறான். அவன் பிரெஞ்சு படைத்தளபதியான டிரிவில்லியைச் சந்திப்பதற்காக சில முன்னேற்பாடுகளும் செய்யப்பெற்றிருந்தன. இருப்பினும் இம்முன்னேற்பாடுகள் தவறிவிடுகின்றன. ஆர்ட்டக்னன் ஒருவழியாக டிரிவில்லியைச் சந்திக்கிறான். டிரிவில்லியின் படையில் ஆதோஸ், போர்த்தோஸ், அராமிஸ் ஆகியோர் முக்கியப் பொறுப்பில் இருந்தனர்.

பிரெஞ்சு நாட்டினை அரசர் லூயி ஆண்டுவந்தார். அவரின் மந்திரி கார்டினல் ஆவார். அரசரும் மந்திரியும் இணைந்தே இருந்தாலும் இவர்கள் இருவரிடத்தில் நம்பிக்கைத் தன்மை குறைந்தே காணப்பட்டது. மன்னரின் படை, கார்டினலின் ஆட்கள் என்று இருபிரிவினர் வளர்ந்திருந்தனர். ஒரு சமயத்தில் டிரிவில்லியின் மூன்று படைத்தளபதிகளையும் ஆர்ட்டக்னன் காப்பாற்றிட லூயி அரசரின் நம்பிக்கையையும் டிரிவில்லியின் நம்பிக்கையையும் ஒருங்கே பெறுகிறான் ஆர்ட்டக்னன்.

ஆர்ட்டக்னனின் நண்பர்களாக ஆதோஸ், போர்த்தோஸ், அராமிஸ் ஆகியோர் விளங்கினர். ஜாகுஸ் என்பவனது வீட்டில் ஆர்ட்டக்னன் தங்கி இருந்தான். இதனால் அவன் வீட்டில் நடைபெறும் நன்மை தீமைகளில் அவன் கலந்து கொள்ள வேண்டியதாயிற்று. ஜாகுஸ் சற்று வயதானவன். அவனின் மனைவி போனிக்ஸ். இவளை யாரோ கடத்திவிட்டதாகவும், அவளை மீட்டுத் தர வேண்டியும் ஜாகுஸ் ஆர்ட்டகனனின் உதவியை நாடினான்.

ஜாகுஸின் மனைவி போனிக்ஸ் ஒரு வஞ்சனை கொண்ட குழுவால் கடத்தப்பட்டிருந்தாள். இதற்கெல்லாம் தலைவியாக இருப்பவள் விண்டர் சீமாட்டி (முன்பு சாதாரண பெண்மணியாக அன்னி என்ற பெயருடன் விளங்கியவள்) ஆவாள். இவள் இங்கிலாந்தில்

பிறந்தவள். இவள் ஒரு பாதிரியைத் திருமணம் செய்தாள். அவன் தேவலாயப் பொருட்களைத் திருடிய வழக்கில் திருட்டு முத்திரை பெற்றவன். இவளின் மனைவியாக விளங்கிய விண்டருக்கும் திருட்டு முத்திரை குத்தப்பட்டது. இவ்வழக்கம் பிரெஞ்சு நாட்டு வழக்கம் என்றாலும் இதனை இங்கிலாந்தின் பிரபுவான பக்கிங்காம் பிரபு செய்கிறார். இதனைச் செய்தமைக்காக பழி வாங்க விண்டர் சீமாட்டி தயாராகிறாள். பிரான்சில் இருந்து கொண்டு ஒரு கூட்டத்தையே பக்கிங்காம் பிரபுவுக்கு எதிராகத் திருப்புகிறாள். இதற்கு போனிக்ஸ் பெரிதும் உதவுகிறாள். போனிக்ஸைத் தேடிப் போன ஆர்ட்டகனன் இந்த செய்திகளை மெல்ல அறிந்துகொள்கிறான். பிரான்ஸ் நாட்டின் மந்திரிக்கும் இதில் தொடர்பு உண்டு.

விண்டர் சீமாட்டியின் தூண்டுதலால் பெல்டன் என்பவன் பக்கிங்காம் பிரபுவைக் கொல்கிறான். இதனால் விண்டர் சீமாட்டி மகிழ்கிறாள். இருப்பினும் அவளின் சதியால் இங்கிலாந்திற்கும், பிரான்ஸ் நாட்டிற்கும் பகைமை தோன்றுகிறது. அது போர் வரை சென்றுவிட போர்க்களத்தில் நான்கு நண்பர்களும் வெற்றியை நோக்கிப் பயணித்துக் கொண்டு இருந்தனர். இந்நிலையில் இந்தச் சீமாட்டியின் கள்ளத்தனமான செயல்கள் வெளியுலகிற்கு நான்கு நண்பர்களால் வெளிப்படுத்தப்படுகின்றன. மேலும் அவளுக்கு மரண தண்டனையையும் இவர்களே வழங்கிவிடுகிறார்கள்.

இதுகுறித்து கார்டினல் விசாரித்தாலும் ஆர்ட்டக்னனுக்கு உயர்பதவி அளிக்கிறார். இவ்வாறு நான்கு நண்பர்களுக்கு பிரான்ஸ் நாட்டின் நன்மைக்குப் போராடும் தன்மையில் இக்கதை எழுதப்பெற்றுள்ளது.

இந்த நாவலை புதிர்த்தன்மையுடன் முல்லை முத்தையா கொண்டு சென்றுள்ளார்.குறிப்பாக அன்னி, போனிக்ஸ் போன்ற கதை மாந்தர்கள் தன் பெயர், நடவடிக்கை போன்றவற்றை மாற்றிக்கொண்டு மாறுபட்ட நடிப்புத் திறனைக் கொண்டவர்களாகப் படைக்கப்பெற்றுள்ளனர்.

வாடாமல்லிகை

அலெக்ஸாண்டர் டூமாஸ் என்ற புகழ் பெற்ற எழுத்தாளரின் புதல்வர் அலெக்சாண்டர் டூமாஸ் ஜூனியர் என்பவர் ஆவார். இவர் எழுதிய நாவல்களுள் ஒன்று காமெலி என்பதாகும். இதனை வாடாமல்லிகை என்ற பெயரில் முல்லை முத்தையா தமிழாக்கியுள்ளார்.

"அதில் வரும் கதாநாயகி எப்பொழுதுமே வாடா மல்லிகையை மிகவும் விரும்பிச் சூடிக்கொள்வாள். அதனாலேயே அவளை எல்லோரும் வாடா மல்லிகை மங்கை என்று அழைத்தனர்" என்று இந்நாவலின் தலைப்பிற்குக் காரணம் தருகிறார் முல்லை முத்தையா. மேலும் இவ்வெழுத்தாளர் உண்மையாக நடந்த கதைகளையே எழுதக் கூடியவர் என்றும், அவ்வகையிலேயே இந்நாவல் எழுதப்பெற்றுள்ளது என்றும் முல்லை முத்தையா குறிப்பிடுகிறார்.

இந்நாவலின் தொடக்கமே அருமையாக உள்ளது. ஒரு மாளிகையில் உள்ள பொருள்கள் ஏலம் விடப்படுகின்றன. அதனைக் கண்ட ஒருவர் அப்பொருள்களில் சிலவற்றை ஏலம் எடுக்க விரும்புகிறார். அவ்வாறு ஏலம் எடுக்கும் போது, அம்மாளிகைளில் வாழ்ந்த ஆசைநாயகி வைத்திருந்த நூல் ஒன்றை ஏலம் எடுக்கிறார்.

அம்மாளிகையில் வசித்தவள் குமாரி மார்க்கரட் என்பவள் ஆவாள். அவள் இறக்கும்போது, தனக்கான கடனை இம்மாளிகையில் உள்ள பொருள்களை ஏலம் விட்டு எடுத்துக்கொள்ளச் சொல்லியுள்ளாள். மேலும் மீதமுள்ள பணத்தை அவளின் குடும்பத்திற்கு அளிக்கச் சொல்லியுள்ளாள்.

மார்க்கரெட் பச்சாதாபத்திற்கு உரியவள். அவள் நாடகங்கள் அனைத்தையும் பார்க்கச் சென்றுவிடுவாள். அவளுடன் பிரியாமல் செல்வன மூன்று பொருட்கள். அவை 1. மிட்டாய் பொட்டலம். 2. வாடாமல்லிகை மலர்ச்சரம். 3. தூரதிருஷ்டிக் கண்ணாடி.

மார்க்கரட் உடல் நலம் குன்றியபோது நதிக்கரை அருகிலுள்ள பார்கனீர்ஸ் என்னும் கிராமத்தில் வசிக்க மருத்துவர் கூறினார். அவளும் அங்கு வசித்தாள். அப்பொழுது அவளை ஒரு கிழப் பிரபு தன் ஆசைநாயகியாக வைத்திருந்தான். உடல் நலம் தேறும்வரை அங்கு நலமுடன் இருந்த மார்க்கரட் பாரிஸிற்கு வந்தபின்பு பழைய ஆட்ட களியாட்டங்களில் ஈடுபட்டாள்.

இவளிடம் இருந்த நூல் இப்போது ஏலத்திற்குப் பத்து மடங்கு விலைக்கு வந்துள்ளது. அதனை நான் என்று விளிக்கப்பெறும் கதா பாத்திரம் வாங்கிக் கொள்கிறது. அக்குறிப்பேட்டின் முதல் பக்கத்தில் "மானன் முதல் மார்க்கரட் முடிய பணிவோடு" என்று எழுதப்பட்டு அதன் கீழ் அர்மாண்ட் டுவல் என்றும் கையொப்பம் இடம்பெற்றிருந்தது.

அந்தப் புத்தகம் மானன் லீகாட் என்பவரது கதையாகும். இக்கதையைப் பலமுறை படித்துள்ள அவன் அப்புத்தகத்தை வாங்கி வைத்ததோடு சரி. இருநாட்கள் கழிந்தபின் அர்மாண்ட் டூவல் என்பவன் அவரை நாடி வருகிறான். வந்தவன் ஆசைநாயகி மார்க்கரட்டின் பொருள்கள் ஏதாவது கிடைத்தால் வாங்க ஆசைப்பட்டான். அவனின் ஆசை கருதி எவ்விதப் பணமும் பெறாமல் அவர் அவனுக்கு அப்புத்தகத்தைத் தர சம்மதித்தார். அப்புத்தகத்தின் முதல் பக்கத்திற்குச் சொந்தக்காரனும் அவனேதான்.

இவன் இந்தப் புத்தகத்தை வாங்கக் காரணம் உயிருடன் இருக்கும்போது மார்க்கரட் அவனுக்கு ஒரு கடிதம் எழுதியுள்ளாள். அதில் அவள் தான் இறந்து கொண்டே இருப்பதாகவும், தான் இறந்த பிறகு தாங்கள் வந்தால் ஏலப்பொருளில் ஒன்றை எடுத்து எனக்கு உதவ வேண்டும் என்று எழுதியிருந்தாள். இதனடிப்படையில் அவன் இந்த நூலை வாங்க முன்வந்துள்ளான். இப்போது வாங்கியும் விட்டான்.

டூவல் மார்க்கரட்டின் உருவத்தைக் காண்பதற்கு முயற்சித்தான். இதற்காக என்ன செய்யலாம் என்று யோசனை செய்து, அவளின் சடலத்திற்கு மற்றொரு இடத்தில் நினைவுச் சின்னம் எழுப்ப முயற்சித்தான். இதன்வழி அவளின் கடைசி கால உருவத்தைக் காண இயலும் என்று அவன் நம்பினான். அதனையும் கண்டான். அருவெறுப்பு அடையாமல் அவளைக் காதலுடன் நோக்கினான்.

மார்க்கரட்டை டூவல் பெரிதும் காதலித்தான். அவளுக்கான செலவுகள் இவனின் வருமானத்தைப் பாதித்தன. சூதாடச் சென்ற அவன் அதில் வெற்றி பெற்று அதனால் பெற்ற வருமானத்தை அவளுக்கு வழங்கினான்.

இவர்களின் காதல் பல தடைகளுக்கு இடையில் வளர்ந்தே வந்தது. இக்காதலில் அவளை சிலமுறை டூவல் அடைந்தும் மகிழ்ந்தான். இருப்பினும் டூவலின் தந்தை இவனின் செயல்கள் குறித்து வருந்தி மார்க்கரட்டிடம் இவனை விட்டுவிட வேண்டினார். மேலும் தன் மகனுக்குக் கௌரவமான இடத்தில் மணம் நடைபெற இருப்பதால் இவனின் தவறான நடவடிக்கை அதனைப் பாதிக்கும் என்றும் அவர் வேண்டுகோள் விடுத்தார்.

இதனை ஏற்று மார்க்கரட் பாரிஸில் இருந்து இங்கிலாந்து சென்றாள். ஆனால் அங்கு ஆதரவு யாரும் அளிக்காத நிலையில்

அவள் மெல்ல மெல்ல பிணியால் பாதிக்கப்பெற்றாள். ஆனாலும் அவளுள் டூவல் பற்றிய காதல் எண்ணம் இருந்து கொண்டே இருந்தது.

இதனிடையில் இங்கிலாந்திற்குத் தன் நண்பர் ஒருவரை அனுப்பிக் கூடுதலான பணத்தை மார்க்கரட்டுக்குத் தரச் சொல்லி டூவல்லின் தந்தை அனுப்பி வைத்திருந்தார். அதனை ஏற்க மறுத்தாலும் அவர் மனம் கோணக்கூடாது என்பதற்காக மார்க்கரட் அதனைப் பெற்றுக்கொண்டாள்.

நிறைவில் அவள் இறப்பினைத் தழுவ வேண்டியவளானாள். அவளையே எண்ணிய வண்ணம் டூவல் வாழ்ந்துவருகிறான். இக்கதையை நான் என்ற கதாபாத்திரத்திடம் சொன்னதின் வாயிலாக டூவல் சற்று நிம்மதி அடைகிறான்.

இக்கதையில் நான் என்ற பாத்திரமாகவும், டூவல் என்ற பாத்திரமாகவும் அலெக்ஸாண்டர் டூவல் என்ற பாத்திரமாகவும் ஆசிரியர் உருமாறி உருமாறிக் கதையை நகர்த்திச் செல்கிறார். இது புதிய முறை. இவ்வுத்தி மூல நூலில் இருக்கும்படியே முல்லை முத்தையாவும் கையாண்டிருப்பது குறிக்கத்தக்கது.

இந்நாவலில் வருணனைப் பகுதிகள் சிறப்பாக அமைந்துள்ளன. அவை சிறிதளவே இடம்பெற்றிருந்தாலும், வருணனைகள் படிப்பவர் மனதை விட்டு அகலாமல் காட்சிகளாக அமைகின்றன.

'மார்க்கரட்டை போன்ற அழகியைக் காண்பது அரிது. அவள் ஒல்லியாகவும் உயரமாகவும் இருப்பாள் கவர்ச்சிகரமான இரண்டு கண்கள் அதன் மீது வளைந்து கருமை படர்ந்த புருவங்கள் சித்திரம் எழுதியது போலக் காணப்படும். சிவந்த கன்னமும் கூர்மையான மூக்கும் அவளுக்கு ஒரு தனிச் சோபையை அளித்தது' (ப.11) என்ற பகுதி வருணனைத் திறத்திற்குச் சான்றான பகுதியாகும்.

இங்கிலாந்து நாட்டு நாவல்

இங்கிலாந்து நாட்டின் எழுத்தாளரான பிரபல ஆசிரியை ஜேன் ஆஸ்டின் எழுதிய "பிரைடு அண்டு பிரஜூடிஸ்" என்ற நாவலை முல்லை முத்தையா ஐந்து சகோதரிகள் என்று தமிழாக்கம் செய்துள்ளார்.

"நம்ப முடியாத கதா பாத்திரங்களையே வைத்து கதை எழுதப்பட்டு வந்த அக்காலத்தில் நடைமுறை வாழ்க்கையில் சந்திக்கும்

கதாபாத்திரங்களைக் கொண்டே எழுதப் பட்ட இந்த நாவல் ஒரு புதுமையாகவே கருதப்பட்டது.

நடுத்தரக் குடும்பங்களில் பெண்ணைப் பெற்றவர்கள், அதுவும் வெவ்வேறான குணாதியங்கைளக் கொண்ட பெண்களை உடைய பெற்றோர் கொள்ளும் அபிலாஷைகளை பென்னெட்டின் குடும்ப மூலமாக மிக அழகான வகையில் சித்திரிக்கப் பட்டிருக்கிறது.

பணக்காரக் குடும்பத்தினர், பணமில்லாதவர்களின் நியாயமான உணர்ச்சிகளையும் மதிக்காமல் அகம்பாவத்துடன் நடந்து கொள்ளும் முறையை டார்ஸி, காதரின் சீமாட்டி, மூலமாக விளக்கப்பட்டிருக்கிறது." (முன்னுரை) என்ற முன்னுரையுடன் இந்நாவலைத் தமிழாக்கம் செய்துள்ளார்.

ஸ்ரீமான் பென்னெட், ஸ்ரீமதி பென்னட் ஆகியோருக்கு ஐந்து பெண்கள். இப்பெண்களைத் திருமணம் செய்வதை மையமிட்டு இந்நாவல் எழுதப்பெற்றுள்ளது. முதல் பெண் ஜேன், இரண்டாமவள் லிஸ்ஸி. மூன்றாமவள் லிடியா, நான்காமவள் கிட்டி.

ஜேன் பிங்க்னி என்ற இளைஞனைக் காதலித்தாள். லிஸ்லி டார்ஸி என்ற இளைஞனைக் காதலித்தாள். டார்ஸி சற்று கர்வம் பிடித்தவனாகக் காணப்படுகிறான். அவனின் குடும்பத்துடன் தொடர்புடைய விக்காம் என்பவன் டார்ஸியைப் பற்றிப் பல குழப்பமான கருத்துகளைத் தெரிவித்து டார்ஸி லிஸ்லி இருவரின் காதலுக்குத் தடையாக நிற்கிறான்.

டார்ஸி, விக்காம் இருவரும் பால்ய காலத்தில் இருந்தே ஒன்றாய் இருந்தவர்கள். டார்ஸியின் தந்தையிடம் விக்காம் தந்தை பணிபுரிந்தவர். இவரின் பணியில் மகிழ்ந்த டார்ஸியின் தந்தை விக்காமிற்கும் அவனது தந்தைக்கும் தன் சொத்தில் பங்குகளைத் தந்தார். அவற்றைத் தரவில்லை என விக்காம் குற்றம் சுமத்தினான்.

இதனிடையே ஜேன், பிங்க்னி இடையே தொடர்பின்மை காரணமாக காதல் நெகிழ்ந்தது. இங்கிலாந்திற்குச் சென்ற பிங்க்னியைத் தேடி ஜேன் செல்கிறாள். அவளால் அவனைக் கண்டுபிடிக்க முடியவில்லை. அவனின் சகோதரியைக் கண்டபின்னும் அவளின் வாழ்வில் காதல் முன்னேற்றம் ஏற்படவில்லை.

லிடியாவும் விக்காமும் வீட்டைவிட்டு வெளியேறி காதல் வாழ்க்கையைத் தொடங்கினர். அவர்கள் இங்கிலாந்தில் இருப்பதாக

அறிந்து அவர்களைத் தேடி ஸ்ரீமான் பென்னட்டும், அவனின் மைத்துனர் கார்டினரும் தேடிச்சென்றனர். ஒருவழியாய் அவளைக் கண்டுபிடித்து இல்லத்திற்கு அழைத்து வந்து திருமணத்தை நடத்தி வைக்கின்றனர்.

இதனிடையே ஜென் பிங்க்னி, லிஸ்லி டார்ஸி மணங்களும் உறுதியாகின்றன. டார்ஸி, லிஸ்லியை மணந்து கொள்வதை டார்ஸியின் உடன்பிறந்தாள் ஒத்துக் கொள்ளாத போதும் அது நிறைவேறுகிறது. இவ்வாறு திருமணங்கள் நடைபெறுவதை முன்வைத்து இந்நாவல் எழுதப்பெற்றுள்ளது.

காதரீன் சீமாட்டிக்கும் லிஸ்லிக்கு இடையே பெருத்த விவாதம் நடைபெறுகிறது. அப்பகுதி இந்நாவலின் குறிக்கத்தக்க பகுதியாகும். அப்பகுதியில் இரு பாத்திரங்களின் இயல்பு, உலக இயல்பு ஆகியன வெளிப்படுகின்றன.

“நான் பேசும்போது யாரும் குறுக்கிடக்கூடாது நான் சொல்வதை பேசாமல் கேட்க வேண்டும். என்னுடைய மகளும், டார்ஸியும் ஒருவருக்காக மற்றவர் பிறந்திருக்கிறார்கள். அவர்கள் இருவரும் பரம்பரையாகவே பிரபுக்கள் குடும்பத்தில் பிறந்தவர்கள். உன்னைப் போன்ற பரம்பரை உரிமை இல்லாதவர்கள் குறுக்கிட்டு அவர்களைப் பிரித்து வைப்பதால் அதைப் பார்த்துக்கொண்டு நான் பொறுமையோடு இருப்பதா? முடியவே முடியாது. உன்னுடைய நன்மையைக் கோரும் புத்திசாலித்தனம் இருந்தால் நீ உன்னுடைய சூழ்நிலையிலிருந்து விலகிப் போக விரும்பக் கூடாது.

உண்மைதான். உங்களுடைய அண்ணன் மகனை கலயாணம் செய்து கொள்வதிலேயே என்னுடைய சூழ்நிலையை விட்டு நான் விலகி விட்டதாக எண்ண மாட்டேன். டார்ஸி கௌரவமானவர். நான் ஒரு கௌரவஸ்தரின் மகள். ஆகவே நானும் டாக்ஸியும் அந்த வகையில் சமமானவர்களே” *(136)*

என்ற உரையாடல் நாவலின் குறிக்கத்தக்க பகுதியாக விளங்குகின்றது. இந்நாவலைப் பொறுத்தவரையில் பெண் கதா பாத்திரங்கள் அதிக ஆளுமையுடன் படைக்கப்பெற்றுள்ளன.

அமெரிக்க நாட்டு நாவல்

அமெரிக்க எழுத்தாளர் நத்தானியல் ஹாவ்த்தானின் ‘தி ஹோம் அண்டு தி கேபிஸ்ல்ஸ்” என்ற நாவலை அதிசய மாளிகை என்ற

பெயரில் தமிழாக்கம் செய்துள்ளார் முல்லை முத்தையா. "ஒரு ஏழைத் தொழிலாளியின் நிலத்தை அரசியலிலும் சமூகத்திலும் செல்வாக்குப் பெற்றுள்ள ஒருவர் அபகரித்துக் கொண்டு அதோடு அவனையும் அந்த பகுதியில் இருந்து விரட்டவும் ஒழிக்கவும் சதி செய்தார். அதன்பின் அந்த நிலத்தின் மீது ஒரு மாளிகை கட்டப்படுகிறது. மாளிகை நிர்மாணிக்கும் பொறுப்பு வீழ்ச்சி அடைந்த ஏழை மகனிடம் ஒப்படைக்கப்படுகிறது. அவன் சந்தர்ப்பத்தைப் பயன்படுத்திக் கொண்டு அதில் ஒரு தந்திரத்தைச் செய்து வைத்துவிட்டான். பிறகு அவன் சந்ததியில் வந்த ஒருவனால் அது தெளிவாகிறது. பேராசைக்காரர்களின் கதியையும் அப்பாவிகளின் நிலையையும் மிக அழகாக இந்நாவல் சித்திரிக்கிறது என்கிறார் முல்லை முத்தையா. இது இந்நாவலின் கதைக்கருவை எடுத்துரைப்பதாக உள்ளது.

மாத்யூமூல் என்பவனின் நிலத்தைப் பிஜியான் என்பவர் அபகரித்துக் கொண்டு அங்கு ஒரு மாளிகையைக் கட்டினார். இம்மாளிகை எழுவளைவுகள் கொண்ட மாளிகை, பிஜியான் மாளிகை என்றும் அழைக்கப்பெற்றது. மாளிகை கட்டியதில் இருந்து அம்மாளிகையில் வாழ்பவர்கள் அமைதியிழந்து காணப்பட்டனர். இது பரம்பரை பரம்பரையாகத் தொடர்கிறது.

தற்போது அம்மாளிகையில் ஹெப்சிபா என்பவள் வசித்து வந்தாள். அவள் வயதானவள். தன் உணவிற்காக அவள் மாளிகையின் முன்புறம் ஒரு கடை வைத்திருந்தாள். அம்மாளிகைக்குப் போபி என்ற இளம் பெண் வந்து சேர்கிறாள். அவள் இம்மாளிகை சார்ந்த பரம்பரையில் வந்தவள். அவள் வந்தபின் மாளிகை சற்று சுறுசுறுப்படைந்தது. கடையும் சுறுசுறுப்படைந்தது.

இம்மாளிகையின் பின்புறம் எழுத்தாளனும், புகைப்படக்காரனுமான ஹால்கிரே என்பவனும் வாழ்ந்து வந்தான். அவன் இம்மாளிகை குறித்த பல ரகசியங்களைப் போபிக்குச் சொன்னான். குறிப்பாக அருகில் உள்ள கிணறு அபாயகரமானது என்றும் குறிப்பிட்டான்.

இவ்வாறு இவர்கள் வாழ்ந்து வரும்போது, கிளிபோர்டு என்பவன் அம்மாளிகையில் குடியேற வந்தான். இவன் ஹெப்சிபாவின் உடன் பிறந்தவன் ஆவான். சில பல காரணங்களுக்காகச் சிறை சென்று புத்தி பேதலித்துச் சற்று நிதானமாகி அவன் தங்கியிருந்தான்.

இவர்களுக்கு எதிராக இருந்தவர் நீதிபதி ஜாபர். அவர் தன் மகனுக்காகச் செல்வம் சேர்ப்பதையே குறியாகக் கொண்டவர். இருப்பினும் அவரின் மகன் உடல் நோயால்இறந்து போகிறான். இருப்பினும் அவரின் ஆசை அடங்கவில்லை.

நீதிபதி ஜாபர் மிச்சம் இருக்கும் ஹெப்சிபா, கிளிபோர்டு ஆகியோர் வழியாகப் பெருத்த சொத்தை அபகரிக்கத் திட்டமிட்டார். இது கருதி அவர் அந்த மாளிகைக்கு வந்த போது அவர் மர்மமான முறையில் இறக்க நேரிடுகிறது.

இதனை வெளியுலகிற்கு ஹால்கிரேவும், கிராமத்திற்குச் சிறிது காலம் சென்று பின் திரும்பி வந்த போபியும் அறிவிக்கிறார்கள். ஹால்கிரே வீட்டின் ஒரு பகுதியில் உள்ள ஒரு விசையை அமுக்க அவ்விசை ஒரு புகைப்படத்தைக் கவிழ்த்துவிட்டு, சில பத்திரத் தாள்களைத் தந்தது. அப்பத்திரத்தாள்கள் செல்லாதன என்றாலும் அவை இவ்வீட்டின் ரகசியங்களாக இருந்தன. இப்போது அந்தப் புகைப்படம் அந்த மாயக்கிணற்றின் மேல் கிடந்தது என்பதாகக் கதை முடிகிறது.

அதிசய மாளிகை பல வகைகளில் அதிசயமாகத் திகழ்ந்தது என்பதை இந்நாவல் காட்டுகின்றது. புதிர் நிறைந்த இந்த மாளிகையின் தோற்றத்தைப் பின்வரும் பகுதி காட்டுகின்றது.

"மாளிகையின் அறை ஒன்றில் பெரிய மங்கலான படம் ஒன்று மாட்டப்பட்டு இருந்தது. அதைப் பற்றிப் பல விதமாகக் கூறப்பட்டன. முக்கியமாக மந்திரவாதி மூலுக்கும் அந்த படத்துக்கும் ஏதோ மர்மமான முறையில் தொடர்பு இருப்பதாகக் கூறிக் கொண்டனர். இறந்துபோன பிஜியான் சந்ததியாரின் ஆவி அந்தப் படத்தினுள் இருப்பதற்காக அவன் எதோ மந்திரம் செய்து வைத்திருப்பதாகவும் சொல்லிக் கொள்வார்கள். ஆனால் உண்மை எதுவாக இருந்தபோதிலும் ஒன்று மாத்திரம் நிச்சயம். அந்த படத்துக்கும் பாவ காரியங்களில் மட்டும் தொடர்பு இருந்து வந்தது. பிஜியான், மாத்யமூல் இருவரின் சச்சரவும் மற்ற விவகாரங்களும் பொது ஜனங்களிடம் எப்போதும் மறையாமல் இருந்து வந்தன" என்ற நிலையில் மாளிகை புதிர்களுடன் வாசகர்களுக்கு அறிமுகமாகின்றது.

இவ்வாறு பல மொழிகள் சார்ந்த உன்னதப் படைப்புகளைத் தமிழன்னைக்கு அணிகலன்களாகப் பூட்டி அழகு பார்த்துள்ள முல்லை முத்தையாவின் வாசிப்பு, எழுத்து, வடிவம், மொழியாக்கம், எளிமை, சுருக்கம், பதிப்பு ஆகியன உண்மைத் தமிழ் வளர்ச்சியாளர் ஒருவரின் ஒப்பரிய உன்னதச் செயல்பாடு என்பதை இந்தத் தமிழ் உலகம் அறிந்து போற்ற வேண்டும்.

6
வாழ்க்கை வழிகாட்டி நூல்கள்

முல்லை முத்தையாவின் அகன்ற படிப்பு ஆழ்ந்த அறிவு மக்களுக்குப் பயன் தரும் வாழ்க்கை வழிகாட்டி நூல்களை எழுத வேண்டும் என்ற எண்ணத்தை அவருள் தோற்றுவித்தது.

அவ்வகையில் அவர் எழுதிய நூல்கள்

1. தாழ்வு மனப்பான்மை
2. வாழ்க்கையும் மனோதத்துவமும்
3. கவலையற்ற வாழ்க்கை
4. திருமணமும் இன்ப வாழ்க்கையும்
5. தமிழர் இனிய வாழ்வு
6. இலக்கியத்தில் இன்பம்
7. வியாபாரத்தில் வெற்றி பெறுவது எப்படி?
8. வியாபாரத்தில் நல்வாய்ப்புகள் காண்பது எப்படி?
9. வியாபார வெற்றிக்கு 1000 ஆலோசனைகள்

முல்லை முத்தையாவின் முதல்நூல் தாழ்வுமனப்பான்மை 1944இல் வெளிவந்தது. தாழ்வு மனப்பான்மை என்றால் என்ன? அது ஏன் தோன்றுகிறது? அதைப் போக்கிக் கொள்ளும் வழிகள் யாவை என விளக்கும் அருமையான மனோ தத்துவநூல் 'தாழ்வு மனப்பான்மை' என்ற நூலாகும். இன்னும் ஒரு வகையில் பார்த்தால் நம் குழந்தைகளை மிகச் சிறந்தவர்களாக வளர்ப்பது எப்படி? எனவும் நமக்கு இந்நூல் வழிகாட்டுகிறது.

தான் எதையும் தனியாகச் செய்ய முடியும் என்ற எண்ணத்தைக் குழந்தைகளிடம் ஏற்படுத்தும் வகையில் அவர்களை வளர்க்க முடியும். செல்லம் கொடுத்தல், வேலை எதையும் செய்யவிடாதிருத்தல், அச்சத்தை உருவாக்குதல், வெறுத்தல் போன்ற செயல்கள்

குழந்தைகளின் ஆளுமைத் திறனைப் பாதிக்கின்றன என்பதை முத்தையா மிக எளிமையாக வலிமையாக எழுதுகிறார்.

கலைவாணர் என்.எஸ்.கிருஷ்ணன் அவர்கள் இந்நூலுக்கு அணிந்துரை வழங்கியுள்ளார்கள்.

வெறும் நூல்களைப் படித்துவிட்டு அதை அவ்வாறே எழுதாமல் முத்தையா தனது வாழ்க்கை அனுபவத்தில் கண்ட காட்சிகளையும் பொருத்திப் பார்த்து எழுதுவது சுவையாகவும் உண்மை விளக்கமாகவும் அமைந்துள்ளது.

"சென்னைக் கடற்கரையில் ஒருவன் காசைச் சுண்டிவிட்டுப் 'பூவா தலையா' சொல்லும்படி கேட்டுக் கொண்டிருந்தான். கீழே விழுந்தால் கேட்டவர்களுக்கு அவன் காசு கொடுப்பது. இல்லாவிட்டால் அவர்களிடம் காசு வாங்குவது. இந்த நபரை நெருங்கிக் கேட்டபோது அவன் சொன்னான். "நான் சின்னவனாக இருந்தபோது நிறையச் செல்லமாக வாழ்ந்தேன். எல்லோரும் என்னிடம் அன்பு காட்டினார்கள். இப்போதோ யாரும் என்னை வெறுக்கிறார்கள். வேறு செய்வது அறியாமல் குறுக்கு வழியில் இந்த மாதிரி திரிகிறேன்" என்றான். இந்த நபரை மறுநாள் கோர்ட்டில் கண்டேன், ஜேப்படி குற்றத்திற்காகக் கைது செய்யப்பட்டிருந்தான்." இவ்வாறு தான் சந்தித்த மனிதர்களை அணுகி அவர்கள் போக்குக்குக் காரணம் என்ன என ஆராய்ந்து எழுதுகிறார். பயம் விரக்தி அகல வேண்டும். வைர நெஞ்சம் வேண்டும். தோல்வியை கண்டு துவளாமல் தன்னால் சாதிக்க முடியும் என்ற நம்பிக்கை இளைஞர்களிடம் உருவாக இந்நூல் வழிகாட்டியாக அமையும்.

'வாழ்க்கையும் மனோதத்துவமும்' என்னும் நூலில் மனோதத்துவம் என்றால் என்ன என்பதைத் தெளிவாக விளக்குகிறார். "ஒருவருடைய தோற்றம், பேச்சு, நடத்தை, எண்ணம், செயல், அறிவு முதலான நடவடிக்கைகளைக் கொண்டு அவர்களுக்குத் தேவையான பண்பு எது? அவர்கள் எப்படி நடந்து கொண்டால் பண்புள்ள மனிதர் ஆகலாம் என்று கூறுவதுதான் மனோதத்துவ முறையாகும்" என அவர் எழுதுகிறார்.

நீதிபதி ஏ.எஸ்.பி. ஐயா இந்நூலுக்குப் பாராட்டுரை வழங்கியுள்ளார்.

வாழ்க்கையில் மிகுந்த தன்னம்பிக்கையை ஊட்டும் எழுத்துக்கள் முல்லை முத்தையாவின் எழுத்துக்கள், பின்னாளில் டாக்டர் எம்.எஸ். உதயமூர்த்தி போன்றவர்களுக்கு முல்லை முத்தையாவே முன்னோடி.

"இதுவரை திரட்டப்பட்டுள்ள மனோதத்துவ உண்மைகள் அனைத்தும் இவற்றைச் சுட்டிக் காட்டுகின்றன.

நம்மை நாம் உணர்ந்திருப்பதை விட நாம் அனைவரும் பல மடங்கு பெரியவர்கள்.

உண்மையில் நமக்கு உள்ள எல்லா சக்திகளையும் திறமைகளையும் ஆற்றல்களையும் முழு அளவுக்குப் பயன்படுத்தும் திறமையை நாம் அடைவது இல்லை.

நாம் பயன்படுத்திக் கொள்ளாத ஏராளமான வலிமையும் சக்தியும் புதையலாகவே நம்முள் இருக்கின்றன. உடல் அளவில் கூட இது உண்மைதான். மனிதனின் மனம் நம்பிக்கையும் உறுதியும் கொண்டால் அவனுடைய உடல் வலிமையும் பெருகுகிறது." இன்றைய இளைஞர்கள் உணர்ந்து கொள்ள வேண்டிய உண்மை இது.

'உற்சாகம், தன்னம்பிக்கை, தீர்க்கதரிசனம் இவை மூன்றும் ஒன்றுக்கொன்று நெருங்கிய தொடர்பு கொண்டவை களோ' என முத்தையா இந்நூலில் வலியுறுத்துகிறார்.

நம்முடைய ஆன்மாவுக்கென்று ஆற்றல் உள்ளது. அதை எப்படி வளர்த்துக்கொள்வது? எப்படிச் செலவழிப்பது? எனக் 'கவலையற்ற வாழ்க்கை' எனும் நூலில் முத்தையா விளக்குகிறார்.

"ஆத்மசக்தி சும்மா இருப்பதில்லை; வேலை இருந்தாலும் இல்லாவிட்டாலும் அது அலைந்து கொண்டே தான் இருக்கும். சக்தியைப் பயன்படுத்துவதற்கு ஏதேனும் ஒரு நல்ல காரியத்தில் மனத்தைச் செலுத்துவது நல்லது. இதைப்போன்ற மனக்கவலைகளாலும் அந்தச் சக்தியைச் செலவழிக்கலாம்" என முத்தையா எச்சரிக்கிறார்.

உண்மை எதுவோ நியாயமானது எதுவோ பரிசுத்தமானது எதுவோ அழகானது எதுவோ பெருமை வாய்ந்தது எதுவோ புகழுக்குரியது எதுவோ அவைகளைப் பற்றியே நாள்தோறும் சிந்திப்பதே நன்மை பயக்கும். அதுவே கவலையற்ற வாழ்க்கை என

முத்தையா கூறுவது அழியாத உண்மை. அது என்றென்றும் மனித குலத்துக்கு வழிகாட்டும்.

இல்லற வாழ்க்கை இனிய வாழ்க்கையாக அமைய வழிகாட்டிட முத்தையா எழுதியுள்ள நூல்கள் தமிழர் இனிய வாழ்வு, திருமணமும் இன்ப வாழ்க்கையும், இலக்கியத்தில் இன்பம் முதலிய நூல்களாகும். ராஜா பர்த்ரு ஹரியின் சிருங்கார சதகம், காளிதாசனின் மேகதூதம், வள்ளுவரின் காமத்துப் பால் செய்திகள் இலக்கியத்தில் இன்பம் நூலில் இடம்பெற்றுள்ளன.

'வியாபாரத்தில் வெற்றி பெறுவது எப்படி' நூல் வணிகர்களுக்கு மட்டுமின்றி எல்லோருக்கும் பயன் தரும் முத்தையாவின் பர்மா அனுபவங்கள், நகைச்சுவை உணர்வு இந்த நூலுக்குச் சிறப்புச் சேர்க்கின்றன. அவர் எடுத்துக் காட்டும் ஒரு நிகழ்ச்சி மிகச் சுவையானது, பயன் தருவது.

சோர்வடைந்து காணப்பட்ட வியாபாரி ஒருவர் உற்சாகம் மிகுந்த தன் நண்பர் ஒருவரைச் சந்தித்தார்.

"ஏன் சோர்வாகக் காணப்படுகிறீர்கள்?" என்று கேட்டார் நண்பர்.

"என்னுடைய வியாபாரம் எனக்கு மிகுந்த தொல்லையை விளைவிக்கின்றது" என்றார் அவர்.

"நீங்கள் நினைப்பது தவறு. வியாபாரம் உங்களுக்குத் தொல்லையை உண்டாக்கவில்லை. நீங்கள்தான் வியாபாரத்தைத் தொல்லைப் படுத்துகின்றீர்கள்" என்றார் நண்பர்.

துன்பமும் தொல்லையும் வந்து வீட்டுக் கதவைத் தட்டும் போது வீட்டிற்குள் சிரிப்பொலி கேட்டால், "அவர்கள் உற்சாகமாகச் சிரித்துப் பேசிக்கொண்டிருக்கிறார்கள். ஆகையால் நாம் சென்று அவர்களை எதுவும் செய்ய முடியாது" என்று துன்பமும் தொல்லையும் வந்த வழியே திரும்பப் போய்விடும். 'இடுக்கண் வருங்கால் நகுக' என்னும் குறளின் விளக்கம் போல இது தோன்றுகிறதல்லவா?

"வியாபாரத்தில் நல்வாய்ப்புகளைக் காண்பது எப்படி?" என்ற நூலும் தன்னம்பிக்கை ஊட்டும் நூலாகும்.

ஒவ்வொருவருடைய வீட்டுத் தோட்டத்திலும் 'புதையல்' இருக்கிறது என்று கூடச் சொல்லலாம். ஆனால் அதைத் தோண்டி எடுக்க அவர்கள் எழுந்திருக்க வேண்டாமா?

இரண்டு ஆண்டுகள் கஷ்டப்பட்டுப் பயிற்சி பெற்ற இளைஞன் பூச்சி புழுவைப் போலவே இருந்து காலம் தள்ளிய அறுபது வயது நிரம்பியவரைக் காட்டிலும் அதிகமாக அறிந்திருப்பான் என்பதில் என்ன சந்தேகம்?" என வினவுகிறார் முத்தையா.

அ. பாரதி - பாரதிதாசன் பற்றிய நூல்கள்

இருபதாம் நூற்றாண்டின் இணையற்ற இருபெரும் கவிஞர்கள் மகாகவி பாரதியார், புரட்சிக்கவிஞர் பாரதிதாசன் ஆவர். இருவருடைய கவிதையிலும் மனம் பறிகொடுத்த முல்லை முத்தையா இருபெருங் கவிஞர்களின் படைப்புக்கள் பற்றிய தொகுப்பு நூல்களை உருவாக்கியுள்ளார். குறிப்பாகப் பாரதிதாசன் கவிதைகளைத் தமிழ் உலகிற்கு அறிமுகப்படுத்திய பெருமை முத்தையாவிற்கு உண்டு.

பாரதியார் பற்றிய முல்லை முத்தையாவின் நூல்கள்

1. பாரதியார் பாமணிகள் 2. பாரதியார் பெருமை

3. பாரதியார் விருந்து 4. பாரதியார் உதிர்த்த முத்துக்கள்

பாரதி ஆய்வாளர் என்று தமிழ் உலகம் போற்றும் சீனி விசுவநாதன் தாம் பாரதியின் படைப்புக்கள் அனைத்தையும் தொகுத்து ஆய்வுப் பதிப்பாக வெளியிடுவதற்கு முல்லை முத்தையாவின் 'பாரதியார் பெருமை' நூலே முன்மாதிரியாக இருந்ததாகப் பாராட்டுகிறார்.

'பாரதியார் பெருமை' நூலின் தொகுப்பு முறை என்னைக் கவர்ந்தது. சொல்லப்போனால் அந்த நூலை முன்மாதிரியாகக் கொண்டுதான் நான் பாரதி பற்றிய தொகுப்பு நூலை உருவாக்கினேன் என்று சொல்லிக் கொள்வதில் எனக்குப் பெருமையே.

"அறிஞர் பெருமக்கள் பாரதியார் பெருமை குறித்து அவ்வக் காலங்களில் புலப்படுத்திய கருத்துமணிகளைத் திரட்டித் தரப்பட்ட சிறந்த நூல் இதுவாகும். இவ்வகையில் இது ஒரு முதல் நூலும் கூட.

இந்த நூலை நான் முன்மாதிரியாகக் கொண்டு, பாரதிக்குப் பெருமை சேர்த்தவர்களின் படைப்புக்களைக் கேட்டுப் பெற்றும்

தேடிப் பெற்றும் நான் என்னுடைய தொகுப்பு நூலை உருவாக்கினேன்" எனப் 'பாரதி தேடல்கள்' என்ற தன்னுடைய நூலின் முன்னுரையில் சீனி. விசுவநாதன் குறிப்பிடுகிறார்.

'பாரதியார் விருந்து' நூலைப்பற்றி முல்லை முத்தையா 'சுப்பிரமணிய பாரதியாரின் வாழ்க்கை வரலாற்றின் இலக்கிய விருந்து எனத் தலைப்பிலேயே குறிப்பிடுகிறார்.

இந்த நூலில் 13 கட்டுரைகள் இடம்பெற்றுள்ளன. இந்த நூலின் தனிச்சிறப்பு ஒவ்வொரு கட்டுரை, கட்டுரை ஆசிரியர் குறிப்பை முல்லை முத்தையா சுருக்கமாகத் தெளிவாக எளிமையாக எழுதி வாசகருக்கு அந்தக் கட்டுரையைப் படிக்கும் ஆர்வத்தைத் தூண்டுகிறார். பதிப்பாசிரியர் என்ற முறையில் முல்லை முத்தையாவிடம் நாம் கற்றுக் கொள்ள வேண்டிய பாடம் இது.

இந்நூலில் முதல் கட்டுரையாக நாவலர் சோமசுந்தர பாரதியார் எழுதியுள்ள 'சுப்பிரமணிய பாரதியார் வரலாறு' கட்டுரை இடம்பெற்றுள்ளது. பாரதியார் மனைவி செல்லம்மாள் கேட்டுக் கொண்டதற்கிணங்க நாவலர் சோமசுந்தர பாரதியார் 1922இல் சுப்பிரமணிய பாரதியார் சரித்திரச் சுருக்கம் என்ற நூலை எழுதி வெளியிட்டார். இதுவே பாரதியின் வரலாறு கூறும் முதல் நூல், "இதைப் பிற்காலத்தில் பாரதி வரலாற்றாளர்கள் குறிப்பிடுவதில்லை. உண்மை எப்பொழுதும் நிலைத்து நிற்கும் என்பது உறுதி" என முத்தையா எழுதுகிறார்.

பாரதி பற்றிய சுவையான செய்திகள், உரையாடல்கள் ஆகியவற்றைப் 'பாரதியார் விருந்து' நூலில் முத்தையா பதிவு செய்துள்ளார்.

பாரதியார் புதுச்சேரியில் இருந்த காலத்தில் குவளைக் கண்ணன் என்பவர் அவரிடம் நெருங்கிப் பழகினார்.

ஒருநாள் பாரதியாரிடம், "மகான்கள் தீர்க்காயுசு இல்லாமல் போய் விடுகிறார்களே? பாரதியாரே, அதற்குக் காரணம் என்ன?" என்று கேட்கிறார் குவளைக்கண்ணன்.

அதற்குப் பாரதியார், "மகான்கள் பூலோகத்துக்குத் தேவதூதர்கள், மக்களுக்கு நன்மை புரிவதற்காகவே அவர்கள் தோன்றுகிறார்கள். பூலோகத்தில் அவர்கள் வந்த காரியம் முடிந்ததும் இவ்வுலகத்தில் நிற்க மாட்டார்கள்" என்றார் பாரதியார்.

அவர் வாக்கையும் அனுபவத்தையும் கவனித்தால் அது சரியென்றே தோன்றுகிறது.

"ஏனென்றால் சுவாமி விவேகானந்தர் நாற்பது வயதில் அமரத்துவம் எய்தினார். அவருடைய சிஷ்யையும் வேத புத்திரியுமான சகோதரி நிவேதிதா தேவி தமது நாற்பதாவது வயதில் காலமானார். நிவேதா தேவிக்குச் சீடரான பாரதியாரும் நாற்பது வயதில் அமரரானார். இவ்வாறு குரு பரம்பரை காலமான செய்தி அதிசயமாக இருக்கிறது" என்கிறார் குவளைக்கண்ணன்.

இது நாம் நேரடியாகக் குவளைக்கண்ணனிடம் உரையாடுவது போல் முல்லை முத்தையாவால் தரப்பட்டுள்ளது அவரது எழுத்துக்களின் சிறப்பாகும்.

பாரதியார் கவிதை நூல்கள், பாரதி வரலாறு பற்றிய நூல்களில் இடம் பெற்ற முன்னுரை, பதிப்புரைகளை இந்நூலில் முத்தையா பதிப்பித்துள்ளார். அதன் மூலம் பல அரிய செய்திகளை அறிந்து கொள்கின்றோம்.

மகாகவி பாரதியார் குவளைக்கண்ணனிடம், 'மகான்கள் இவ்வுலகில் வந்ததும் அவர்கள் வேலை முடிந்ததும் போய் விடுகிறார்கள்' என்ற கூற்று பாரதியார் விஷயத்திலும் உண்மையாயிற்று. 1922ல் 'சுதேச கீதங்கள்'(முதற் பாகம்) நூலுக்குப் பாரதியார் மனைவி செல்லம்மாள் எழுதிய பதிப்புரை உருக்கமானது. உண்மையான பாரதியை அடையாளம் காட்டுகிறது.

"எனது புருஷன் ஸ்ரீமான் சுப்பிரமணிய பாரதி இந்த நாட்டில் பிறந்தார், வளர்ந்தார், வாழ்ந்தார், இறந்தார். கடவுளின் திருவிளையாடலில் இப்படி ஒரு ஆத்மா இவ்வுலகில் ஜனித்து சொற்ப காலம் தங்கிச் சிற்சில காரியங்களைச் செய்துவிட்டு காலம் சமீபித்தவுடன் இறப்பதுவும் ஒரு அவசரமான கடமையாகக் கொண்டு அதனையும் செய்து முடித்தார்."

உடல் பொருள் ஆவி மூன்றையும் தேச கைங்கர்யத்துக்கு முழு மனத்துடன் அர்ப்பணம் செய்தார். சரஸ்வதிதேவி அவர் நாவில் நர்த்தனம் செய்ய ஆரம்பித்தார். 'வந்தே மாதரம்' என்ற சபதம் அவரது இருதயத்திலிருந்து முழுத் தொனியுடன் கிளம்பிற்று. தமிழ்நாடெங்கும் பரவிற்று. வீடு வாசல் மனைவி குட்டி ஜாதி வித்தியாசம் அகந்தை முதலியவை மனத்தை விட்டு முற்றிலும் அகன்றது.

"நமது நாடு இன்னது; நமது ஜனங்கள் யாவர்? நமது பூர்வோத்திரம் எத்தகையது? இன்று நமது நிலை என்ன? நமது சக்தி எம்புட்டு; நமது உணர்ச்சி எத்தன்மையது? அவருடைய ஜீவனுக்கு ஆதாரமிருந்தன. எதுவும் யோசித்தாக வேண்டியதில்லை. திடீர் திடீரென எண்ணங்கள், புதிய புதிய கொள்கைகள், புதிய புதிய பாட்டுக்கள், அப்பாட்டுக்களுக்குப் புதிய புதிய மெட்டுக்கள், எனது இரு காதுகளும் மனமும் இதயமும் நிரம்பித் ததும்பும் இந்த ஒரு பாக்கியம் தான் நான் பெற்றேன். இம்மாதிரி பாக்கியம் பெற எத்தனை கோடி ஜென்மம் வேண்டுமானாலும் திரும்பத் திரும்ப பெறத் தயாராயிருக்கிறேன்."

இவ்வாறு பாரதியார் நூலில் இடம்பெற்றுள்ள உணர்ச்சிகரமான விமர்சனத்தின் மூலமாகப் பாரதியாரின் பெருமைகளை உணரச் செய்வதில் வெற்றி பெற்றிருக்கிறார் முத்தையா.

1936இல் பாரதியாரின் 'ஞானரதம்' நூலுக்கு ராஜாஜி எழுதியுள்ள முன்னுரை இந்நூலில் இடம்பெற்றுள்ளது குறிப்பிடத்தக்கது.

"இப்புஸ்தகத்தில் பாரதியார் எடுத்த விஷயங்கள் மிகப் பெரியவை. விஷயங்களில் கவுரவம் ஒருபுறமிருக்க தற்காலத்தில் தமிழ் வாசக நடை எவ்வாறிருக்க வேண்டும் என்பதைப் பாரதியார் எழுதிய இச்சிறு புத்தகத்தில் கண்டு கற்கலாம். அர்த்த புஷ்டியில்லாத அரற்றலின்றி சொன்னதையே சொல்லிப் பாக்கள் நிறைப்பதுமின்றி, ஸ்படிகம் போன்ற தெளிவும் வைரம் போன்ற உறுதியும் பெற்று இலக்கணப் பிழைகள் ஒழிந்த பேச்சுத் தமிழையே எவ்வாறு ஆழ்ந்த கருத்துக்களை எழுதவும் சித்திரிக்கவும் உபயோகப்படுத்தலாம் என்பதைப் பாரதியார் வசன நடையில் நாம் பார்க்கலாம். தமிழுக்குள் கிடக்கும் எல்லையற்ற சக்தியையும் லாகவத்தையும் பாரதியார் எழுத்துகளில் தமிழ் மக்கள் பார்த்து அறிந்து கொள்ள வேண்டும்" என ராஜாஜியின் முன்னுரையை எடுத்துக் காட்டுவதன் மூலம் பாரதியார் தமிழ் இலக்கியப் போக்கில் ஏற்படுத்திய எளிய புதுமையான ஆழ்ந்த தமிழ்நடை மாற்றத்தை வாசகர்கள் எளிதில் உணரச் செய்கிறார் முத்தையா.

பாரதிதாசன் பற்றிய நூல்கள்

பாரதிதாசன் மேல் மிகுந்த மதிப்பும் ஈடுபாடும் கொண்டவர் முல்லை முத்தையா. பாரதிதாசன் நூல்களை வெளியிடுவதற்காகவே முல்லை பதிப்பகம் தொடங்கியவர். பாரதிதாசன் கவிதை நூல்களில்

விமரிசனமாகப், பாரதிதாசன் பற்றிய அரிய நான்கு தொகுப்பு நூல்களை வெளியிட்டுள்ள முத்தையா அதில் பாரதிதாசன் பற்றி எழுதியுள்ளார்.

பாரதிதாசனைப் பற்றிய நூல்கள்

1. புரட்சிக் கவிஞர்
2. பாவேந்தர் பாரதிதாசன் பெருமை
3. பாரதிதாசன் நறுமலர்க்கொத்து
4. பார் புகழும் பாவேந்தர்
5. புரட்சிக்கவிஞர் வாழ்க்கையிலே
6. பாவேந்தருக்குப் புகழ் அஞ்சலி

புரட்சிக்கவிஞர்

தமிழில் இவ்வகையில் ஒரு கவிஞரைப் பற்றி எழுத்தாளரைப் பற்றி முதலில் வெளிவந்த நூல் இதுவேயாகும். காந்தியடிகளைப் பற்றிப் பலர் எழுதிய கட்டுரை நூல், மேனாட்டு நாடக ஆசிரியர்கள் கவிஞர்கள் பற்றிய திறனாய்வுக் கட்டுரைகளைத் தொகுப்பு நூலைக் கண்ணுற்ற முல்லை முத்தையா 'புரட்சிக்கவிஞர் பாரதிதாசன்' எனும் பெயரிலேயே கவிஞரின் படைப்புகளைப் பற்றிய கட்டுரைகளின் தொகுப்பு நூலைப் படைத்து வெளியிட்டார்.

இதில் பாரதிதாசனைப் பற்றி முல்லை முத்தையா எழுதியுள்ள கட்டுரை பாரதிதாசனைப் பற்றிய உணர்ச்சிகரமான உயிர்ச் சித்திரம்.

"பாரதிதாசன் தம்மைப் பிறர் பாராட்ட வேண்டும் புகழ் மாலை சூட்ட வேண்டும் எனக் கருதித் தம் மனச் சாட்சியைப் புறக்கணித்து, உண்மைக்குப் புறம்பானவற்றை உண்மை என்று இயற்கைக்கு மக்களுக்கு ஒவ்வாத கருத்துக்களை எழுதித் தருபவர் அல்லர்.

"நிலைத்த நெஞ்சினர்; நேர்மை அவர் தம் இயல்பு; அவருக்குச் சூழ்ச்சி தெரியாது. உண்மை, உழைப்பு, மேதை இவைகளுக்கு மத்தியில் இருப்பவர். "நான் செய்ய வேண்டியது என்ன என்பது தான் என்னுடைய சிந்தனையே தவிர, பிறர் என்ன எண்ணுவார்கள் என்பதல்ல!" என்று கூறுகிறார் நம் கவியரசர். இதே கருத்தைத்தான் நானி எமர்சனும் கூறியுள்ளார். பாரதிதாசன் தமிழ்க் கவிஞர்; தமிழர்களின் கவியரசர்; தமிழின் மறுமலர்ச்சிக்காகத் தோன்றிய கவிஞர்; தமிழர்களின் புகழ் மீண்டும் மேதினி ஓங்குவதற்காகப் பிறந்த உத்தமர்

கவியரசர்" என்று முல்லை முத்தையா எழுதுகிறார். பாரதிதாசனைப் பற்றி உள்ளது உள்ளபடி இயல்புரைக்கும் இவ்வரிகளில் முல்லை முத்தையாவின் வலிமையான எழுத்தாற்றலையும் காண்கிறோம்.

இந்த நூலில் 'குமரி மலர்' ஆசிரியரே ஏ.கே. செட்டியார் பாரதிதாசனைப் பேட்டி கண்டு தன் வினா ஆகவும் பாரதிதாசன் கூற்று விடையாகவும் அமைந்த ஒரு கட்டுரையை முத்தையா பதிப்பித்துள்ளார். பாரதிதாசனைப் பற்றிய ஏ.கே. செட்டியாரின் மதிப்பீடு துல்லியமானது.

"பாரதிதாசன் நன்றாகக் கவி பாடுகிறார். ஆனால் அவர் பிராமணத் துவேஷி" என்று சிலர் கூறுகிறார்கள். பாரதிதாசன் பிராமணத் துவேஷி மட்டுமல்ல. மதத்தின் பேராலும், ஜாதியின் பேராலும், தர்மத்தின் பேராலும், நீதியின் பேராலும் யார் யார் கொள்ளையடிக்கிறார்களோ யார் யார் மக்களை ஏமாற்றுகிறார்களோ, யார் யார் பிறர் உழைப்பில் உண்டு இன்பம் அனுபவிக்கிறார்களோ அத்தனை பேர்களையும் துவேஷிக்கிறார் பாரதிதாசன். பாரதிதாசன் கவிதை வேகத்தை அதற்கான காரணத்தை நம் கண்முன்னே கொண்டு வருகிறார் முத்தையா.

ஆங்கிலக் கவிதைகளில் ஆறாத காதல் கொண்டு மேனாட்டு மொழிக் கவிதைகளைத் தமிழில் தந்தவர் வி.ஆர்.எம். செட்டியார், மில்டனையும் ஷெல்லியையும் உருகி உருகிப் படித்துக் கவிதைச் சித்திரங்கள் தீட்டியவர். அத்தகைய கவிஞர் பாரதிதாசனை எவ்வாறு பார்க்கிறார் எனப் படம் பிடித்துக் காட்டுகிறார் முல்லை முத்தையா.

"பாரதிதாசனுடைய சில நயமான பாடல்கள் கவிதைக் கலைக்கு ஒரு புஷ்பாஞ்சலியாகவே யொலிக்கின்றன. மொழியின் சிருஷ்டி மெழுகில் ஒரு புதுமையும் எழிலும் தோன்றித் தோன்றி மறைகின்றன; மொழித்திரையின் பின் பாரதிதாசன் பாடியிருக்கும். குடும்ப விளக்கு ஓர் அபூர்வ இல்லற வாழ்க்கைச் சித்திரம், குடும்பத்தில் ஒரு மனைவி தனது கடமையை உணர்ந்து இடையறாது தினந்தோறும் பணியாற்றி வரும் அருமையான சித்திரம் இது. வாழ்க்கைத் துறைமுகத்தில் இல்லற தீப ஸ்தம்பமாக ஒரு மனைவி ஒளிவீசுகிறாள்.

கடமையை மறந்தவள் காதலியுமல்ல. சூரியன் உதயமாகிக் கதிர் வீசி உலகத்தைக் காத்து அந்தியில் மறைவது போல ஒரு உண்மை மனைவியும் உணர்ந்து உணர்ந்து தனது கடமையை இரவும் பகலும் இடையறாது செய்வதில் இன்பமடைகிறாள். ஒரு உத்தமமான

மனைவியின் இல்லற தருமம் இந்தப் பாட்டில் ஜோதிடப் படமாகவே சுழன்று சுழலுகிறது. சின்னஞ்சிறு நிகழ்ச்சிகளிலும் சித்திரப் பொலிவுடன் மின்னுகின்றன.” இதைப் போன்ற பல அறிஞர்கள் எண்ண மின்னல்களை இந்நூலில் ஒளிரச் செய்திருக்கிறார் முத்தையா.

1946இல் பாரதிதாசனுக்கு 54 வயது நிறைவுற்றபோது அதுவரை தமிழில் யாரும் செய்ய முன்வராத புதிய முயற்சியாக 38 அறிஞர்களின் கட்டுரைகளை வெளியிட்டதோடு தானும் இந்நூலில் கட்டுரை எழுதியுள்ளார் முல்லை முத்தையா.

பாவேந்தர் பாரதிதாசன் பெருமை

1979 ஆம் ஆண்டில் பாரதிதாசனின் 84 ஆவது ஆண்டு நிறைவு பெற்றபோது, ஏறத்தாழ 30 ஆண்டுகளுக்குப் பின் பாரதிதாசன் படைப்புகள் புதிய 57 கட்டுரைகள் அடங்கிய நூலைத் தொகுத்து வெளியிட்டார் முத்தையா. இதில் பாரதிதாசன் வரலாற்றுக் குறிப்புகள் இடம் பெற்றுள்ளன.

பாரதிதாசன் நறுமலர்க் கொத்து

1986இல் இந்நூல் வெளிவந்தது. இந்த நூலில் 40 கட்டுரைகளும் சில கவிதைகளும் இடம்பெற்றுள்ளன. இந்த நூலின் தனிச்சிறப்பு கட்டுரை ஆசிரியர்களை முல்லை முத்தையா அறிமுகம் செய்து ஓரிரு வரிகளில் எழுதியுள்ள குறிப்புகள் ‘சுருங்கச் சொல்லி விளங்க வைப்பவர் முத்தையா’ என்பது இலக்கியங்களால் புலப்படுகிறது.

“பேரறிஞர் அண்ணா, பாவேந்தருக்குப் பொற்கிழி வழங்கிப் பாராட்டிய பெருந்தகையாளர்.”

ஔவை சு.துரைசாமி, கேட்டார்ப் பிணிக்கும் தகையவாய் உரையாற்றும் பெரும்புலவர். பல்கலைக் கழகங்களில் அமர்ந்து தமிழ்த் தொண்டாற்றியவர்.

மயிலை சீனி. வேங்கடசாமி, அகழ்வாய்வுத் துறையில் அரிய புலமையும் முற்போக்கு எண்ணங்களைப் பரப்புவதில் சீரிய நோக்கும் கொண்ட மூதறிஞர்.

இந்நூலில் முல்லை முத்தையா எழுதியுள்ள ‘முதன்மைக் கவிஞர்’ என்ற கட்டுரை முல்லை முத்தையா மிகச் சிறந்த திறனாய்வு எழுத்தாளர் என்பதை உணர்த்துகிறது.

தமிழ்க் கவிதை வரலாறு, கவிஞர்களை ஒப்பிட்டு நோக்கும் ஆராய்ச்சி நுட்பம் முல்லை முத்தையாவிடம் இருந்தது என்பதற்குச் சான்றாகும் இக்கட்டுரை.

"கவிமணி தேசிக விநாயகம் பிள்ளையின் 'மலரும் மாலையும்' நாமக்கல் கவிஞர் இராமலிங்கம் பிள்ளையின் 'தமிழன் இதயம்' புரட்சிக்கவிஞரின் 'பாரதிதாசன் கவிதைகள்' ச.து.சு சுப்ரமண்ய யோகியின் 'தமிழ்க் குமரி' இந்த நான்கு கவிதைத் தொகுதிகள் மட்டுமே நாற்பது ஆண்டுகளுக்கு முன் வெளியானவை. அவற்றையே பலரும் அந்தக் காலத்தில் விமர்சித்து எழுதுவார்கள்.

இராமலிங்கம் பிள்ளைக்கு தேசிய முத்திரையோடு கூடிய தேசியவாதிகளின் ஆதரவு இருந்தது.

பழமையிலிருந்து விலகிச் செல்ல விரும்பாத மிதவாதிகளின் ஆதரவு தேசிக விநாயகம் பிள்ளைக்கு இருந்தது.

இலக்கியச்சொல் நயத்தை விரும்பிய ஒரு சிலரின் பாராட்டு சுப்பிரமணிய யோகிக்குக் கிடைத்தது.

ஆனால் மேலே குறிப்பிட்ட மூன்று கவிஞர்களும் அடியெடுத்து வைக்கத் துணியாத புதிய துறையில் பாரதிதாசன் துணிந்து சென்றார். எதிர் அணியில் நின்று மூடப் பழக்க வழக்கங்களைச் சாடினார். தமிழை உயிராய்ப் போற்றிப் பாடினார். காதலைக் கனிவுடன் சுவையோடு பழகு தமிழில் பாடி அனைவரையும் மகிழ்வித்தார்.

பாரதிதாசனை இதைவிடச் சிறப்பாக யாரும் திறனாய்வு செய்ய முடியாது. கால வெள்ளத்தை எதிர்த்து நீந்தி வெற்றி பெற்ற பாரதிதாசனை நம் கண்முன் கொண்டுவரும் ஆற்றல் வாய்ந்த எழுத்து முல்லை முத்தையாவின் எழுத்து.

பார்புகழும் பாவேந்தர்

பாரதிதாசன் புகழ் பாடப் பெருமையைப் பேச எடுக்கப்பெற்ற விழாக்களின் நேர்முக வருணனையாக, தொகுப்பாக இந்த நூலை முல்லை முத்தையா படைத்துள்ளார். 28.7.1946இல் புரட்சிக் கவிஞரின் 55 ஆம் ஆண்டு விழா சென்னையில் கொண்டாடப்பெற்றது. அப்பொழுது அறிஞர் அண்ணா முதலியோர் நிகழ்த்திய சொற்பொழிவுகளும் பாரதிதாசன் வழங்கிய பதிலுரையும் இந்நூலில் இடம்பெற்றுள்ளன.

திராவிடர் கழக இலக்கிய அணி சார்பாக 1992இல் சென்னை பெரியார் திடலில் பாவேந்தர் விழா கொண்டாடப் பெற்றது. அப்பொழுது அந்நாள் முதல்வர் கலைஞர் மு. கருணாநிதி முதலியோர் நிகழ்த்திய சொற்பொழிவுகளை முல்லை முத்தையா இந்நூலில் தொகுத்து வழங்கியுள்ளார்.

திருச்சி பாரதிதாசன் பல்கலைக்கழகத்தில் 1990 ஏப்ரல் 29, 30 தேதிகளில் நடைபெற்ற பாரதிதாசன் நூற்றாண்டு தொடக்க விழா, நிகழ்ச்சி நிகழ்வுகளும் முதல்வர் விழாச் சொற்பொழிவுகளும் இந்நூலில் இடம் பெற்றுள்ளன.

ஆ. ஆன்மீக நூல்கள்

முத்தையாவுக்கு விருப்பமான ஒரு துறை ஆன்மீகம். பல ஆன்மீக நூல்களை அவர் எழுதியுள்ளார். அவர் மிகச்சிறந்த உரையாசிரியர் என்பதையும் அவர் பதிப்பித்துள்ள நூல்களில் பக்தி இலக்கியங்களுக்கு அவர் எழுதியுள்ள உரைகள் காட்டுகின்றன. திருமுருகாற்றுப்படை, கந்தரலங்காரம், கந்தரனுபூதி, நாராயணீயம் போன்ற நூல்களுக்கு அவர் உரை எழுதிப் பதிப்பித்துள்ளார்.

இவர் படைத்துத் தந்துள்ள ஆன்மீக நூல்களில் 'முருகன் அருள் செல்வம்' என்ற நூல் குறிப்பிடத்தக்கது. அந்த நூலில் ஆசிரியர் பெயர் குறிப்பிடும் பொழுது 'பல தெய்வீக நூல்களின் ஆசிரியர்' பி.எல். முத்துக்குமரன் என முல்லை முத்தையா தன் பெயரைப் பதிப்பித்துள்ளார். இந்நூல் முருக வழிபாட்டை ஆய்வு மனப்பான்மையுடன் விரிவாகப் பேசுகிறது. சங்க இலக்கியங்களில் சரவணன், புராணங்களில் முருகன், பிள்ளைத்தமிழ் நூல்களில் முருகப்பெருமான், சிற்றிலக்கியங்களில் சிங்காரவேலன், அருணகிரிநாதர் அருளிய அமுதம், சங்கரர் போற்றிய சண்முகன் எனத் தமிழ் வடமொழி இலக்கியங்களில் பல்வேறு காலகட்டங்களில் முருகப்பெருமானை எவ்வாறு போற்றினர் என ஆசிரியர் எடுத்துக் காட்டுகிறார். ஒரு பல்கலைக்கழகம் செய்ய வேண்டிய பணியைத் தனி ஒருவராக நின்று சாதித்த பெருமை முத்தையாவைச் சாரும். இந்த நூலில் தொடர்ந்து, கந்தன் திருக்கோலங்கள், யந்திரமும் மந்திரமும், முருகன் வழிபாட்டு முறை, அடியார்கள் பற்றி விரிவாக எழுதியுள்ளார்.

ஆதிசங்கரர் 'கணேச புஜங்கம்' அருளிய சூழ்நிலை யையும் ஆறுமுகப்பெருமாள் ஆற்றலையும் முல்லை முத்தையா மிகச்

சிறப்பாக இந்நூலில் விளக்குகிறார். சங்கரர் இந்திய நாடு முழுவதும் சுற்றி அத்வைத வேதாந்தத்தை நிலைநாட்டியவர். இவருக்கு எதிரியான அபிநவகுப்தர் என்பவர் அபிசார ப்ரயோகம் செய்து சங்கரருக்குத் தொல்லை கொடுத்தார். ஆதலால் சங்கரருக்குக் காசநோய் ஏற்பட்டது. அதனால் தொல்லை தாங்க முடியாது அவதியுற்றார் சங்கரர். கோகர்ணம் என்ற இடத்தில் இவ்விதம் அவர் அவதிப்பட்டுக் கொண்டிருந்தபோது சிவபெருமான் கனவில் தோன்றினார். ஜயந்திபுரம் என்னும் திருச்செந்தூர் சென்று முருகனை வணங்கினால் இந்த நோய் நீங்கும் என்று அருளினார். மறுநாள் காலையில் தமது யோக சக்தியால் சங்கரர் திருச்செந்தூர் சென்றார். முருகனை வணங்கினார், முருகனுடைய திருவடிகளை ஆதிசேஷன் பூஜை செய்து வருவதைக் கண்டார். உடனே இந்த சண்முக புஜங்கத்தால் முருகனை வழிபட்டார். என இந்த நூலை அறிமுகம் செய்வது போல முருகனைப் பற்றிய நூல்களை நாம் அறியச் செய்கிறார் முத்தையா.

தசாவதாரம், ஸ்ரீ நாராயணீயம் என்னும் நூல்கள் மகாவிஷ்ணுவின் சிறப்புகளைக் கூறுபவை. எளிய இனிய கதைகளாக மச்ச அவதாரம், கூர்ம அவதாரம், வராக அவதாரம், நரசிம்ம அவதாரம், வாமன அவதாரம், பரசுராம அவதாரம், ஸ்ரீராம அவதாரம், பலராம அவதாரம், கிருஷ்ண அவதாரம், கல்கி அவதாரம் எனும் பத்து அவதாரங்களையும் ஆசிரியர் விளக்குகிறார்.

இந்நூலுக்கு சரித்திர நாவலாசிரியர் சாண்டில்யன் அணிந்துரை வழங்கியுள்ளார்.

பாகவதத்தின் சுருக்கமே 'நாராயணீயம்' 19ஆம் நூற்றாண்டில் வாழ்ந்த ஸ்ரீநாராயண பட்டத்திரி 1000க்கு மேற்பட்ட சுலோகங்கள் உடைய 'நாராயணீயம்' நூலை அருளினார். இதை முத்தையா பழகு தமிழில் பக்தி உணர்வு பொங்கத் தமிழில் தந்துள்ளார். "பட்டத்திரி ஒவ்வொரு பகுதியையும் குருவாயூரப்பனின் முன்னிலையில் அமர்ந்து பாடியபோது, "இப்படி நடந்ததா குருவாயூரப்பா?" என்று கேட்கக் குருவாயூரப்பன் தலையசைத்து ஆமோதிப்பானாம் என முத்தையா எழுதும்போது நாமும் பக்தி உணர்வில் ஒன்றிவிடுகிறோம். விஷ்ணு என்ற தோற்றத்தின் தனித்தன்மையை முத்தையா பட்டத்திரியின் 901வது பாடலால் மிகச் சிறப்பாக விளங்குகிறார்.

"திருமானின் நாயகனே! இவ்வுலகில் உமது அடியவர்களுக்கு எளிதில் செல்வசுகம் கிட்டுவதில்லை. ஏனெனில் வளமான

வாழ்வு மனத்தில் அலங்காரத்தைத் தோற்றுவிக்கின்றது. கர்வமும் தற்பெருமையும் கொண்டவர்களுக்கு அமைதியான விருப்பு வெறுப்பற்ற மனநிலை வந்த பின்னரே அளவற்ற செல்வத்தை அவர்கள் அடைகிறார்கள் என முத்தையா எழுதுவது ஆன்மீகம் எந்த அளவு நல்வாழ்விற்குப் பயன்படுகிறது என்பதைக் காட்டுகிறது.

இ. ஊராட்சி நிர்வாகம் பற்றிய நூல்கள்

முல்லை முத்தையா தமிழ்க் கவிதை, நாவல், இலக்கியம் என்ற அளவில் நின்றுவிடாமல் பல்துறை வித்தகராகப் பல்வேறு துறைகளில் மிகச் சிறந்த எழுத்தாளராக விளங்கினார் என்பதற்குச் சான்றாக விளங்கியவை பஞ்சாயத்து நிர்வாகம், ஊராட்சி நிர்வாகம் பற்றி அவர் எழுதியுள்ள நூல்களாகும்.

1. பஞ்சாயத்தை நடத்துவது எப்படி?
2. பஞ்சாயத்துச் சட்டம்.
3. பஞ்சாயத்துத் தேர்தல் விதிகளும் நிர்வாகமும்
4. பஞ்சாயத்து யூனியன் ஆட்சிமுறை
5. பஞ்சாயத்து வழக்குகள்.
6. பஞ்சாயத்து நிர்வாக முறை (அனைத்தும் இணைந்த முழுநூல்)

இந்தியா விடுதலை பெற்று, குடியரசு ஆனதும் கிராம ஆட்சி முறையை வலுப்படுத்தும் வகையில் ஊராட்சி, நகராட்சி, பஞ்சாயத்துக்கள், பஞ்சாயத்து யூனியன்கள் பற்றிய சட்டங்கள் பற்றிய நூல்களை எழுதியது ஒரு புதிய முயற்சியாகும். பல பஞ்சாயத்து அமைப்புக்களுக்கு இந்த நூல்கள் வழிகாட்டியாக விளங்கின.

'நகரசபை' என்ற இதழின் ஆசிரியராக இருந்து நடத்தியவர். காலத்திற்குத் தேவையான செய்திகளை மக்களிடம் கொண்டு போய்ச் சேர்ப்பதில் முத்தையாவின் காலம் போற்றும் கடமை உணர்வினை இந்த நூல்கள் காட்டுகின்றன.

1953இல் வெளிவந்த 'பஞ்சாயத்தை நடத்துவது எப்படி' என்ற நூலுக்கு திரு.டி.புருசோத்தம முதலியாரின் முன்னுரை முத்தையாவின் இத்தகைய பணிகளைச் சிறப்பாக மதிப்பிடுகின்றது.

"'நகரசபை' ஆசிரியர் ஸ்ரீமுல்லை முத்தையா மிக உபயோகரமான சிறந்த புஸ்தகத்தைப் பிரசுரம் செய்திருக்கிறார். அதற்காக

நான் அவரைப் பாராட்டுகின்றேன். பஞ்சாயத்தை நடத்துவது எப்படி' என்பது ரொம்பப் பொருத்தமான தலைப்பு. இந்த மாதிரி பஞ்சாயத்து நிர்வாகம் சம்பந்தமான எல்லா அம்சங்களையும் கொண்ட புத்தகம் இது ஒன்றே. முதல் புத்தகமும் இதுவே.

"சென்னை ராஜ்யத்திலே பஞ்சாயத்துத் தேர்தல்கள் அநேகமாக முடிவடைந்துவிட்டன... புதிதாகத் தேர்ந்தெடுக்கப்பட்டவர்களில் அநேகருக்கு அனுபவமில்லை. வழிகாட்ட வேண்டியது அவசியமாகிறது.

"இந்த நூலாசிரியர் இந்தச் சமயத்திலே இந்தப் புத்தகத்தைக் கொண்டு வந்தது போற்றத்தக்கது. இப்போதைக்கு அவசியமான புத்தகம் என்று நான் இதைச் சொல்வேன், அவசரமான தேவை என்றும் சொல்வேன்... சர்க்கார் செய்யத் தவறிய காரியத்தை இந்த ஆசிரியர் செய்து சர்க்காருக்குள்ள குறையைப் போக்கி விட்டார்."

இம்முன்னுரை இந்நூல் வெளிவந்த காலத்தில் எத்தகைய வரவேற்பைப் பெற்றது என்பதையும் காலத்தின் தேவையை நிறைவுசெய்த சமூக உணர்வுள்ள எழுத்தாளர் முத்தையா என்பதையும் விளக்குகிறது.

இந்த நூலைப் பஞ்சாயத்துக்கள் கட்டாயம் வாங்க வேண்டும் எனக் கவர்னரின் உத்தரவுப்படி ஸ்தல ஸ்தாபன இலாகா சார்பாக சர்க்கார் காரியதரிசி 29.8.1953இல் அரசாணை வெளியிட்டுள்ளார். (G.O.M.S. No. 1809)

பஞ்சாயத்துத் தலைவர் மற்றும் உறுப்பினர்களின் கடமைகள் யாவை? அவர்கள் எப்படி தேர்ந்தெடுக்கப் பெறுகிறார்கள்? அவர்களின் அதிகார வரம்புகள் யாவை என்ற அனைத்துச் செய்திகளையும் முத்தையா விரிவாக எழுதியுள்ளார். மேலும் அவ்வப்போது மேற்கொள்ளப்பட்ட சட்டத்திருத்தங்கள், பஞ்சாயத்து நிர்வாகம் தொடர்பான வழக்குகள் அவற்றுக்கு நீதிபதிகள் வழங்கிய தீர்ப்புகள் சட்ட விளக்கங்கள் ஆகியவற்றை முத்தையா பதிவு செய்துள்ளார்.

ஈ. முத்தையா வழங்கிய முத்துக்கள்

அறிஞர்கள் புலவர்களின் வரலாற்றைப் படிப்பதிலும் படித்ததில் சிறந்த கருத்துக்களை மக்களுக்குக் கொடுத்து வழங்குவதிலும்

முத்தையா மிகுந்த ஈடுபாடு கொண்டிருந்தார். அவ்வாறு அவர் வழங்கிய முத்தான நூல்கள்:

- பாரதியார் உதிர்த்த முத்துக்கள்
- ராஜாஜி மணிமொழிகள்
- ராஜாஜி உதிர்த்த முத்துக்கள்
- பாரதிதாசன் உதிர்த்த முத்துக்கள்
- பெரியார் உதிர்த்த முத்துக்கள்
- அண்ணா உதிர்த்த முத்துக்கள்
- அண்ணாவின் அறிவுக் கனிகள்
- புதுமைப்பித்தன் உதிர்த்த முத்துக்கள்
- நாமக்கல் கவிஞர் உதிர்த்த முத்துக்கள்
- அயல்நாட்டு அறிஞர்கள் உதிர்த்த முத்துக்கள்
- அறிஞர்கள் உதிர்த்த முத்துக்கள்
- புலவர்கள் உதித்த முத்துக்கள்
- பிரமுகர்கள் உதிர்த்த முத்துக்கள்
- பெர்னாட்ஷா உதிர்த்த முத்துக்கள்

ஒரு எழுத்தாளன் எவ்வளவு விரிவான வாசிப்புத்திறன் உடையவனாக இருக்கவேண்டும் என்பதை முத்தையாவின் இத்தகைய நூல்கள் உணர்த்துகின்றன.

ஒரு தேனீ ஆயிரக்கணக்கான மலர்களைத் தேடித் தேனை உறிஞ்சிச் சேகரித்து நமக்குத் தருவதுபோல் முத்தையா நூற்றுக்கணக்கான நூல்களைப் படித்து அதன் சாரத்தை நாம் எளிதில் உணரத் தருகிறார்.

முத்துக்கள் என்றால் வெறும் கருத்துக் குவியலாக இல்லாமல் அவர்கள் வாழ்க்கையில் நடந்த சுவையான நிகழ்ச்சிகளின் தொகுப்பாகவே இந்த நூல்கள் அமைந்துள்ளன.

1949இல் பாரதியார் பாமணிகள் நூல் வெளிவந்தபோது அறிஞர் வ.ரா, "முல்லை முத்தையா அவர்கள் பாரதியாரின் பாடல்களிலிருந்து சிலவற்றை எடுத்து நூலாகத் தொகுத்திருக்கிறார். எத்தனையோ தொகுப்புகள் வெளி வரலாம். ஆனாலும் முத்தையாவின் தொகுப்பில் என்ன சிறப்பு இருக்கிறது என்று கேட்டால் இதுதான் முதன்

முதல் வரும் தொகுப்பு என்பது முதல் சிறப்பு. வாழ்க்கையில் எல்லா அம்சங்களையும் இந்தத் தொகுப்பு தடவிக் கொடுத்து சீர்படுத்தியிருக்கிறது என்பது இரண்டாவது சிறப்பு" என எழுதுகிறார்.

ராஜாஜியின் ஒரு கூற்று குறிப்பிடத்தக்கது: "இல்லறம் நடத்துங்கள். ஆனால் ஒரு கையால் வாழ்க்கைக் கடமைகளைச் செய்து கொண்டு ஒரு கை பகவான் காலைப் பிடித்துக் கொண்டு இருக்க வேண்டும். வேலை செய்யாமல் இருக்கும் போது இரண்டு கைகளும் ஆண்டவன் பாதங்களைக் கெட்டியாகப் பிடித்துக் கொண்டிருக்கப் பயன்பட வேண்டும்" இதை முத்தாய்ப்பாக முத்தையா காட்டுகிறார்.

அயல்நாட்டு அறிஞர்கள் உதிர்த்த முத்துக்கள் நூலில் ஐன்ஸ்டீன் போன்ற விஞ்ஞானிகள் அலெக்சாண்டர் டூமாஸ் போன்ற எழுத்தாளர்கள் வாழ்க்கையில் நடந்த சுவையான நிகழ்ச்சிகளைத் தொகுத்து வழங்கியுள்ளார். அறிஞர்கள் உதிர்த்த முத்துக்கள் நூலில் நம் தமிழக அறிஞர்கள் கவிஞர்கள் வாழ்க்கை நிகழ்ச்சிகளில் அதில் மக்கள் கற்று உணர வேண்டிய பாடங்களை முத்தையா விளக்குகிறார்.

அமெரிக்கன் கல்லூரியில் கவிஞர் கண்ணதாசன் தலைமையில் மாணவர்கள் கவிதை பாடினர். பின்பு கண்ணதாசன் கவிதையைப் பாடினார். மாணவர்கள் கவிதைக்கு யாரும் கை தட்டவில்லை. கவிஞர் பாடி முடித்ததும் பலத்த கைதட்டல். ஆரவாரம். பிறகு கவிஞர் பேசும்போது "இங்கே கடைசியாகக் கவிதை வாசித்த மாணவரின் கவிதைக்கு நீங்கள் யாரும் கை தட்டவில்லை. உண்மையிலேயே அவர் வாசித்தது என் கவிதையைத் தான். நான் வாசித்ததோ அந்த மாணவனின் கவிதை. அதற்குப் பலமாக கைதட்டினீர்கள். இந்தக் காலத்தில் யாருடைய வாயிலிருந்து கவிதை வருகிறது என்பதைப் பார்த்தே கை தட்டுகிறார்கள். இதுதான் காலமும் கவிதையும்" என்று கூறினார். இன்றைய சமூகநிலையை இவ்வாறு முத்தையா பதிவு செய்கிறார்.

பெர்னாட்ஷா உதிர்த்த முத்துக்கள் நூலில் மிகவும் சிறந்த ஒரு பகுதி. "மிருகங்களைத் தின்று வாழ்வதைவிடச் சாவதே நல்லது. என் சாவுக்குக் கோச்சு வண்டிகள் என்னை தொடர்ந்து வரவேண்டாம். ஆடு மாடு பன்றி கோழி ஆகியவை மந்தை மந்தையாக வரட்டும். இந்த உயிர்கள் எல்லாம் "எங்களைத் தின்று உயிர் வாழ விரும்பாமல் சாகத் துணிந்த மனிதன்" எனப் பாராட்டினால் அதுவே மகிழ்ச்சி" என்றார்.

7

முல்லை முத்தையா எழுதிய நூல்களின் முழு விவரப்பட்டியல்

பாரதியார்

1.	பாரதியார் பா மணிகள்	1949
2.	பாரதியார் பெருமை	1957
3.	பாரதியார் விருந்து	1980

பாரதிதாசன்

4.	புரட்சிக் கவிஞர்	1946
5.	பாரதிதாசன் வாழ்க்கையிலே	1947
6.	பாவேந்தர் பாரதிதாசன் பெருமை	1977
7.	பாவேந்தர் பாரதிதாசன் அறுசுவை விருந்து	1979
8.	பார்புகழும் பாவேந்தர்	1984
9.	பாவேந்தர் நறுமலர்க் கொத்து	1986

திருக்குறள்

10.	திருக்குறள் பெருமை	1959
11.	திருக்குறள் அறிவுரைகள்	1982
12.	திருக்குறள் உவமைகள்	1983
13.	திருக்குறள முத்துக்கள்	1984
14.	திருக்குறள் கூறும் இன்ப வாழ்க்கை	1994
15.	திருக்குறள் கூறும் குடும்ப வாழ்க்கை	1995
16.	திருக்குறள் உரை முழுவதும்	1999

முத்துக்கள்

17.	புலவர் உதிர்த்த முத்துக்கள்	1976
18.	பாரதியார் உதிர்த்த முத்துக்கள்	
19.	அண்ணா உதிர்த்த முத்துக்கள்	
20.	பெரியார் உதிர்த்த முத்துக்கள்	
21.	பாரதிதாசன் உதிர்த்த முத்துக்கள்	
22.	ராஜாஜி உதிர்த்த முத்துக்கள்	
23.	நாமக்கல் கவிஞர் உதிர்த்த முத்துக்கள்	
24.	புதுமைப்பித்தன் உதிர்த்த முத்துக்கள்	
25.	அறிஞர்கள் உதிர்த்த முத்துக்கள்	

26. பிரமுகர்கள் உதிர்த்த முத்துக்கள்
27. அயல்நாட்டு அறிஞர்கள் உதிர்த்த முத்துக்கள்
28. அண்ணாவின் அறிவுக் கனிகள்
29. பகவத் கீதை முத்துக்கள்
30. பெர்னார்ட்ஷா உதிர்த்த முத்துக்கள்
31. பெர்னார்ட்ஷா வாழ்வும் பணியும்

வாழ்க்கை வரலாறு

32.	வேடிக்கை மனிதர் புதுமைப்பித்தன்	1946
33.	தமிழ் தாத்தா உ.வே.சா.	1959
34.	உலக ஜோதி புத்தர்	1957
35.	தமிழர் தளபதி வ.உ.சி.	1958
36.	தமிழ்ப் பெரியார் திரு.வி.க.	1960
37.	தமிழகம் தந்த ம.பொ.சி.	1960
38.	நபிகள் நாயகம் சரித்திர நிகழ்ச்சிகள்	1986
39.	மாணவர்களுக்கு நபிகள் நாயகம் வரலாறு	1990

உலகப் புகழ்பெற்ற நாவல்களின் சுருக்கம் 1957 முதல் 1960 வரை

40. அன்னா கரினினா
41. அம்மா
42. மேடம் பவாரி
43. மறுமலர்ச்சி
44. பெண் வாழ்க்கை
45. அதிசய மாளிகை
46. நான்கு நண்பர்கள்
47. ஐந்து சகோதரிகள்
48. நாநா
49. இன்பமும் துன்பமும்
50. வாடா மல்லிகை
51. குற்றமும் தண்டனையும்
52. ஷேக்ஸ்பியர் கதைகள்
53. யாமா
54. போரும் காதலும்
55. சீனத்து மங்கை

பொன் மொழிகள் 1960 முதல் 1964 வரை

56. சுவாரஸ்ய விருந்து
57. ராஜாஜி மணி மொழிகள்
58. ராஜாஜி பொன் மொழிகள்

59. ஆயிரம் உண்மைகள்
60. நல்லறிவுக்கு நானூறு பழமொழிகள்
61. நகைச்சுவை விருந்து
62. சுவையான நிகழ்ச்சிகள்
63. இந்தியாவின் கதை (முல்க் ராஜ் ஆனந்த்)
64. நாணயத்தின் கதை
65. தபால் தந்தி டெலிபோன் கதை
66. பத்திரிகை பிறந்த கதை
67. புத்தகம் தோன்றிய கதை
68. கடிகாரத்தின் கதை
69. கப்பல் தோன்றிய கதை
70. நூலகம் எப்போது தோன்றியது?
71. பணம் பிறந்த கதை
72. உடல் எப்படி இயங்குகிறது?
73. தமிழ்ச் சொல் விளக்கம்

உளவியல்

74. தாழ்வு மனப்பான்மை — 1944
75. வாழ்க்கையும் மனோதத்துவமும் — 1950
76. கவலை இல்லாத வாழ்க்கை — 1954
77. தாழ்வு உணர்ச்சி தகர்ப்பது எப்படி? — 1964
78. உடல்நலம் கெடாமல் வாழ்வது எப்படி? — 1965
79. வாழ்க்கையின் உண்மை — 1966
80. மனோசக்தியின் ரகசியம் — 1977

உள்ளாட்சித்துறை 1960 முதல் 1965 வரை

81. பஞ்சாயத்து நடத்துவது எப்படி?
82. பஞ்சாயத்துச் சட்டம்
83. பஞ்சாயத்து விதிகள்
84. பஞ்சாயத்து யூனியன் ஆட்சிமுறை
85. பஞ்சாயத்து யூனியன் விதிகள்
86. மாவட்ட அபிவிருத்தி மன்றம்
87. பஞ்சாயத்து வழக்குகள்
88. பஞ்சாயத்து தேர்தல் விதிகள்
89. பஞ்சாயத்து நிர்வாக முறை (எல்லாம் இணைந்த மிகப்பெரிய ஒரே புத்தகம்)

வியாபாரம்

90.	வியாபார வெற்றிக்கு 1000 ஆலோசனைகள்	1950
91.	கைத்தொழில் ரகசியம்	1956
92.	வியாபாரத்தில் வெற்றி பெறுவது எப்படி?	1960
93.	வியாபாரத்தில் நல்வாய்ப்புகள் உண்டாவது எப்படி?	1967
94.	வியாபாரத்தை நிர்வகிப்பது எப்படி?	1967
95.	வியாபாரத்தில் திறமை பெறுவது எப்படி?	1967
96.	தொழில்களுக்கு அரசாங்க உதவி பெறுவது எப்படி?	1967

விவசாயம்

97.	சித்தர் அருளிய மூலிகைகள்	1958
98.	காய்கறிகள் பயிரிடுவது எப்படி?	1957
99.	விவசாயக் களஞ்சியம்	
100.	பதார்த்த குண சிந்தாமணி	1977
101.	குடும்ப வைத்தியம்	1980
102.	மூலிகை அகராதி	
103.	ஆங்கிலம் தமிழ் அகராதி பொது அறிவுக் களஞ்சியம்	
104.	உயர்நிலைப்பள்ளி ஆங்கிலம் தமிழ் அகராதி	

நியூமராலஜி ஜோதிடம்

105. வாழ்க்கையில் வெற்றிபெற அதிர்ஷ்ட எண்கள்
106. அதிர்ஷ்டத்தின் ரகசியம்
107. உங்கள் பிறந்த தேதி அதிர்ஷ்டம்
108. பத்து வகைப் பலன்கள்
109. 32 சோதிடப் பலன்கள்
110. சோதிட விதிவிளக்கம்

தொகுப்பு

111. திருமணமும் இன்ப வாழ்க்கையும்
112. காதலும் கலியாணமும்
113. தமிழர் இனிய வாழ்வு
114. தமிழர் திருமணம்
115. எது இசை?
116. இன்பம்
117. காணக் கிடைக்காத கடிதங்கள்
118. மதுவிலக்கு (ராஜாஜி)

119. உலகம் போற்றும் உத்தமர் காந்தியடிகள்
120. அறிவியல் முத்துக்கள்
121. வாகனங்கள் வளர்ந்த கதை
122. அகலிகை (துவிஜேந்திர ராய்)
123. மனையடி சாஸ்திரம்
124. நீதி நூல்கள்

ஆன்மீகம் (உரையுடன்)
1977 முதல் 1980 வரை

125. திருமுருகாற்றுப்படை
126. கந்தர் சஷ்டி கவசம்
127. சண்முகக் கவசம்
128. அபிராமி அந்தாதி
129. கோளறு பதிகம்
130. திருவெம்பாவை
131. திருப்பாவை
132. சகலகலாவல்லிமாலை
133. விரதங்கள்
134. ஆறுபடை வீடுகள்
135. தியானம்
136. பிராணாயாமம்
137. அருணகிரிநாதர் அமுதம்
138. முருகன் அருள் செல்வம்
139. அருளும் பொருளும் தரும் அஷ்டலக்ஷ்மி
140. ஸ்ரீ வெங்கடேச ஸ்தோத்திர மலர்
141. ஸ்ரீ வெங்கடேச பக்த விஜயம்
142. ஸ்ரீ நாராயணீயம் (100 தசகங்கள் கொண்ட முழு நூல்)
143. அபிராமி அந்தாதி
144. செல்வத் திருமகள்
145. விநாயகரை வணங்கி வாழ்வோம்

கதைகள்
1979 முதல் 1986 வரை

146. சிறுவர் சிறுமியருக்கு நீதிக் கதைகள்
147. மாணவர் மாணவியருக்கு நீதிக் கதைகள்
148. சிறுவர் சிறுமியர் கதைக் களஞ்சியம்
149. வாழ்க்கையில் வெற்றி பெற்றவர்களின் கதைகள்
150. மாணவர்களுக்கு புறநானூற்றுச் சிறுகதைகள்
151. டால்ஸ்டாய் நீதிக்கதைகள்
152. விக்ரமாதித்தன் கதை
153. 1001 இரவுகள்

154. காதம்பரி
155. அக்பரும் பீர்பாலும்
156. மன்னனை மகிழ்வித்த கதைகள்
157. அண்ணனும் தங்கையும்
158. ஷேக்ஸ்பியர் கதைகள்
159. தசாவதாரக் கதைகள்
160. பஞ்சதந்திரக் கதைகள்
161. முல்லாவின் வேடிக்கைக் கதைகள்
162. தெனாலிராமன் விகடக் கதைகள்
163. மரியாதைராமன் தீர்ப்புக் கதைகள்
164. பரமார்த்த குரு கதைகள்
165. அப்பாஜி யுக்தி கதைகள்
166. ஈசாப் நீதிக் கதைகள்
167. ஈசாப் அறிவுக் கதைகள்
168. ஈசாப் சின்னஞ்சிறு கதைகள்
169. ஈசாப் கதைக் குவியல்
170. பீர்பால் கதைகள்
171. கதைக்கடல்
172. புகழ்பெற்ற மூன்று கதைகள்
173. மதன காமராஜன் கதைகள்
174. மனம்போல் வாழ்வு (நாவல்)

கமலா பிரசுராலயம் - முல்லை பதிப்பகம் - தமிழகம் மூலம் முல்லை முத்தையா பதிப்பித்து வெளியிட்ட நூல்களின் விவரம்

எனது ராஜினாமா	டி.எஸ். சொக்கலிங்கம்
கள் ஒழிக	ராஜாஜி
சோவியத் யூனியன்	ஏ.ஜி. வேங்கடாச்சாரி
அழகின் சிரிப்பு	பாரதிதாசன்
பாண்டியன் பரிசு	பாரதிதாசன்
அமைதி	பாரதிதாசன்
குடும்ப விளக்கு	பாரதிதாசன்
நல்ல தீர்ப்பு	பாரதிதாசன்
இருண்டவீடு	பாரதிதாசன்
எதிர்பாராத முத்தம்	பாரதிதாசன்
காதல் நினைவுகள்	பாரதிதாசன்
தமிழியக்கம்	பாரதிதாசன்
தந்தையின் காதல்	கி.ரா
வ.உ.சி. சுயசரிதை	வ.உ.சி
உவமை நயம்	வல்லிக்கண்ணன்

எது இசை?	ராஜாஜி, சர்.சிபி, ஆர்.கே.எஸ், அண்ணா, பாரதிதாசன்
தேன்கூடு	தமிழ் ஒளி
கலையும் வாழ்வும்	க. அன்பழகன்
மின்னும் நட்சத்திரம்	சிரஞ்சீவி
தேய்ந்த லாடம்	கோவை அய்யாமுத்து
ஜெயில்	ப.ரா.
கவியின் கனவு	எஸ்.டி. சுந்தரம்
நம் தாய்	எஸ்.டி. சுந்தரம்
பாலஸ்தீனம்	எஸ்.எஸ். மாரிசாமி
ஆஹா ஊஹு	தி.ஜ.ர.
இதயத்துடிப்பு	ரகுநாதன்
விபரீத ஆசை	புதுமைப்பித்தன்
நகரசபையும் பொதுமக்களும்	ஞான ஒளிவு
நான் கண்ட பெரியார்	கோவை அய்யாமுத்து
புதிய பாடத்திட்டம்	ஆசிரியர் குழு
குடிமைப் பயிற்சி	ஆசிரியர் குழு
வாழ்க்கை ஒப்பந்தம்	பெரியார்
நீதிநூல்கள்	மு.சு. அருள்சாமி
பாலர் கதைக் களஞ்சியம்	கல்வி கோபால கிருஷ்ணன்
இலக்கியப் பூம்பொழில்	ரங்காச்சாரி
வீட்டு வைத்தியம்	ஸ்ரீஹரி
குறைவற்ற செல்வம்	ஸ்ரீஹரி
பலரக விளையாட்டு	குமுதினி
விடை தெரியுமா?	குமுதினி
தமிழ்நாட்டுச் சரித்திரக் கதைகள்	பி.ஸ்ரீ
பாரத நாட்டுச் சரித்திரக் கதைகள்	பி.ஸ்ரீ
புறநானூற்றுச் சிறுகதைகள்	மு.சு. அருள்சாமி
புறநானூற்றுச் சிறுகதைகள் II	மு.சு. அருள்சாமி
ஈசாப் நீதிக் கதைகள் I	மு.சு. அருள்சாமி
ஈசாப் நீதிக் கதைகள் II	மு.சு. அருள்சாமி
ஈசாப் நீதிக்கதைகள் III	மு.சு. அருள்சாமி
இந்திய தண்டனை சட்டம் (IPC)	அ.ச. நடராஜன்
விபசாரத் தடைச்சட்டம்	அ.ச. நடராஜன்
காவல் சட்டம்	அ.ச. நடராஜன்
பாதுகாப்புச் சட்டம்	அ.ச. நடராஜன்
முதல் உதவி	Dr. சீனிவாசன்
மகரிஷிகள் வரலாறு	K.S. ராமசாமி சாஸ்திரி
கதைக் கடல்	Dr. ராகவன்
மனித உரிமைகள்	ஏ.ஜி. வெங்கடாச்சாரி

பொதுமக்களும் சட்டங்களும்	க. ராஜாராம்
தமிழை வளர்ப்பது எப்படி	ஏ.வி. ராமன்
மனோன்மணியம்	பி.ஸ்ரீ.
குறுந்தொகை	சக்திதாசன்
கலித்தொகை	சக்திதாசன்
விஷ விருட்சம்	வி.எஸ். வெங்கடேசன்
ஷேக்ஸ்பியர் கதைகள்	ஆனந்தன்
கைத்தொழில் ரகசியம்	சங்கர்
ருஷ்யக் கதைகள்	பாஸ்கரன்
அநங்க ரங்கம்	கனி
சுக வாழ்வு	ஏ.வி. இராமன்
ஓர் குலம்	கல்வி. கோ
புதுச்சேரியைப் பாருங்கள்!	மன்னர் மன்னன்
டால்ஸ்டாய் கதைகள்	சங்கரன்
உலகத்துச் சிறந்த நாவல்கள்	க.நா. சுப்ரமணியம்
பேதை நெஞ்சம்	ரத்னம்
தாய்மை	லக்ஷ்மி
சிறு தொழில்களும் அரசாங்க உதவியும்	எம்.எஸ். உதயமூர்த்தி
தமிழகத்தின் கனிவளம்	எம்.எஸ். உதயமூர்த்தி
வாழ்வரசி	மு.சு. அருள்சாமி
மதுவும் மங்கையும்	முல்லை
சினிமா நட்சத்திரங்களின் ரகசியம்	முல்லை
இல்லற இன்பம்	முல்லை
ஐந்து இன்ப நூல்கள்	முல்லை
காமசூத்திரம்	முல்லை
மன்மதன் நடன சாலை	முல்லை
கொக்கோகம்	முல்லை
தம்பதிகள் இன்ப வாழ்க்கை	முல்லை
காதல் அமுதம்	முல்லை

* * *